SPEAK VIETNAMESE WITH CONFIDENCE!

ESSENTIAL VIETNAMESE

PHRASEBOOK & DICTIONARY

Revised Edition

Phan Văn Giưỡng

Revised by
Hanh Tran

TUTTLE Publi
Tokyo | Rutland, Vermont |

Contents

●●

Introduction

••

**Welcome to the Tuttle Essential Language series, covering
all of the most popular world languages. These books are
basic guides in communicating in the language. They're
concise, accessible and easy to understand, and you'll find
them indispensable on your trip abroad to get you where
you want to go, pay the right prices and do everything
you've been planning to do.**

Each guide is divided into 15 themed sections and starts with
a pronunciation table which explains the phonetic pronuncia-
tion to all the words and sentences you'll need to know, and
a basic grammar guide which will help you construct basic
sentences in your chosen language. At the end of the book is
an extensive English–Vietnamese dictionary.

Throughout the book you'll come across boxes with a
beside them. These are designed to help you if you can't under-
stand what your listener is saying to you. Hand the book over to
them and encourage them to point to the appropriate answer to
the question you are asking.

Other boxes in the book—this time without the symbol—
give listings of themed words with their English translations
beside them.

This book covers all subjects you are likely to come across
during the course of a visit, from reserving a room for the night
to ordering food and drink at a restaurant and what to do if your
car breaks down or you lose your traveler's checks and money.
With over 2,000 commonly used words and essential sentences
at your fingertips you can rest assured that you will be able to
get by in all situations, so let *Essential Vietnamese* become your
passport to learning to speak with confidence!

Pronunciation guide

The Vietnamese alphabet has 29 letters: *a, ă, â, b, c, d, đ, e, ê, g, h, i, k, l, m, n, o, ô, ơ, p, q, r, s, t, u, ư, v, x, y.*

Vietnamese consonants are written as a single letter or a cluster of two or three letters, as follows: *b, c, ch, d, đ, g, gh, gi, h, k, kh, l, m, n, ng, ngh, nh, p, ph, qu, r, s, t, th, tr, v, x.*

The vowels in Vietnamese are the following: *a, ă, â, e, ê, i/y, o, ô, ơ, u, ư.* Vowels can also be grouped together to form a cluster.

The following tables of the vowels and consonants are in Vietnamese pronunciation with the English equivalent.

Vowels

Vietnamese	English	Example	Meaning
a	*father*	*ba*	three
ă	*hat*	*ăn*	to eat
â	*but*	*âm*	sound
e	*bet*	*em*	younger brother/sister
ê	*aim*	*đêm*	night
i/y	*me*	*mĩ*	America
o	*law*	*lo*	to worry
ô	*no*	*cô*	aunt
ơ	*fur*	*bơ*	butter
u	*too*	*ngu*	stupid
ư	*uh-uh*	*thư*	letter

Consonants

Vietnamese	English	Example	Meaning
b	*book*	*bút*	pen
c,k,q	*can*	*cá*	fish
		kem	ice cream
qu	*queen*	*quý*	precious
ch	*chore*	*cho*	to give

5

Vietnamese	English	Example	Meaning
d, g (before **i**)	*zero*	<u>**d**</u>a	skin
		gi	what
đ	*do*	<u>**đ**</u>i	to go
g, gh	*go*	<u>**g**</u>a	railway station
		<u>**gh**</u>e	boat
h	*hat*	<u>**h**</u>ai	Two
kh	*loch*	<u>**kh**</u>ông	no
l	*lot*	<u>**l**</u>àm	to do
m	*me; him*	<u>**m**</u>ai	tomorrow
n	*not; in*	<u>**n**</u>am	south
ng, ngh	*singer*	<u>**ng**</u>on	delicious
		<u>**ng**</u>he	to hear
nh	*canyon*	<u>**nh**</u>o	grape
ph	*phone*	<u>**ph**</u>ải	right
r	*run*	<u>**r**</u>a	to go out
s	*show*	<u>**s**</u>ữa	milk
t	*top*	<u>**t**</u>ốt	good
th	*thin*	<u>**th**</u>ăm	to visit
tr	*entry*	<u>**tr**</u>ên	on/above
v	*very*	<u>**v**</u>à	and
x	*see*	<u>**x**</u>a	far

Tones

The standard Vietnamese language has six tones. Each tone is a meaningful and integral part of the syllable. Every syllable must have a tone. The tones are indicated in conventional Vietnamese spelling by marks placed over (**à, á, ả, ã**) or under (**ạ**) single vowels or the vowel in a cluster that bears the main stress (**v**).

Vietnamese name	Tone mark	Tone	Description	Example	Meaning
không dấu	none	mid-level	Voice starts at middle of normal speaking range and remains at that level	*ma*	ghost

Vietnamese name	Tone mark	Tone	Description	Example	Meaning
huyền	à	low-falling	Voice starts fairly low and gradually falls	*mà*	but
sắc	á	high-rising	Voice starts high and rises sharply	*má*	cheek
hỏi	ả	lowrising	Voice falls initially, then rises slightly	*mả*	tomb
ngã	ã	high-broken	Voice rises slightly, is cut off abruptly, then rises sharply again	*mã*	horse
nặng	ạ	low-broken	Voice falls, then cuts off abruptly	*mạ*	rice seedling

Basic grammar guide

1 Word forms

Single words

A Vietnamese word can have one of the following four structures:

a) A vowel or vowel cluster with or without a tone marker.

Examples: *ô!*   (oh!)
           ai   (who)
           áo   (shirt)

b) A vowel or vowel cluster with or without a tone marker plus a final consonant.

Examples: *ăn*   (to eat)
           uống   (to drink)
           ấm   (warm)

c) An initial consonant plus a vowel or vowel cluster with or without a tone marker.

Examples: *da*   (skin)
           dạ   (yes)
           dao   (knife)

d) An initial consonant plus a vowel or vowel cluster with or without a tone marker and a final consonant.

Examples: *cơm*   (steamed rice)
           thương (to love)
           soạn   (to prepare)
           buồn   (sad)

Compound words

Two or more single words (syllables) may be joined together to form a compound word.

Conjunctive compound words

A conjunctive compound word is formed by two different single words.

Examples:

Single words	Compound words
bàn (table), *ghế* (chair)	*bàn ghế* (furniture)
cha (father), *mẹ* (mother)	*cha mẹ* (parents)
máy (machine), *may* (to sew)	*máy may* (sewing machine)
máy (machine), *giặt* (to wash)	*máy giặt* (washing machine)
máy (machine), *bay* (to fly)	*máy bay* (airplane)
trái (fruit), *cây* (tree)	*trái cây* (fruit)
lá (leaf), *cây* (tree)	*lá cây* (leaf)
cành (branch), *cây* (tree)	*cành cây* (branch)

Reduplicative compound words

A reduplicative compound word is formed by a reduplication of the entire stem, or by a part of it affixed to itself, or by a meaningful single word plus a meaningless structural element.

Examples:

Single words	Compound words
nhỏ	*nhỏ nhỏ* (slightly small)
xanh	*xanh xanh* (slightly blue)
ngày	*ngày ngày* (everyday)
nhỏ	*nhỏ nhoi* (unimportant)
nhanh	*nhanh nhẹn* (quickly)
vui	*vui vẻ* (pleasant)
khóc	*khóc lóc* (to cry)
xơ xác	*xơ xơ xác rác* (all ragged)
ngày xưa	*ngày xửa ngày xưa* (once upon a time)

Free compound words

A free compound word is formed by two or three single words, which do not follow the above formation. There are not many free compound words in Vietnamese.

Examples:

cà lăm (to stammer)   *thình lình* (suddenly)

Important notes

a) Vietnamese words may be classified as follows: noun, pronoun, verb, adjective, adverb, conjunction, preposition, numeral, exclamation, adverbial particle.

b) Vietnamese words never change in number, gender, person or tense. Plurality is expressed by a limited number of words called plural markers which always precede the invariable nouns.

c) More than half of Vietnamese words are derived from Chinese. Therefore, there are often two words to designate the same thing, one coming from Chinese and the other being pure Vietnamese.

d) Idioms are phrases with a fixed structure. They have a special formation with rhythms.

Examples:

tiền rừng bạc biển	(very rich)
ba chìm bảy nổi	(up and down)
một nắng hai sương	(hardworking life)

2 The basic sentence structure

A sentence is made up of one or more phrases. It provides a complete expression of meaning. It expresses a statement, a question, a command, or an exclamation. In the written form it begins with a capital letter and ends with a full stop, a question mark or an exclamation mark. Sometimes a sentence may not have a subject or a verb.

Phrases

A phrase is a compound of two or more words which together make up a particular element of a sentence (e.g. the subject or the predicate). There are four types of phrases: noun phrases, verb phrases, adjectival phrases and adverbial phrases.

Example:

Hai người thanh niên	*đang đẩy một chiếc xe hơi.*
Hai người thanh niên	is a noun phrase.
đang đẩy một chiếc xe	is a verb phrase.

Simple sentences

A simple sentence normally consists of two parts, a subject and a predicate. The subject and the predicate can be single words or phrases.

Examples:

Subject	Predicate	
Ông Nam	*vui*	(Mr. Nam is happy.)
Xe của tôi	*chạy nhanh*	(My car runs fast.)
Bạn tôi	*đã mua sách*	(My friend bought books.)
Cô ấy	*học tiếng Việt không?*	(Does she learn Vietnamese?)
Tôi	*20 tuổi*	(I'm 20 years old.)

In a simple sentence, there may be more than one subject or predicate.

Examples:

Ông Nam và tôi đi ăn cơm Việt Nam.
(Mr. Nam and I went to have a Vietnamese meal.
2 subjects + 1 predicate)

Sinh viên sẽ học nghe, nói, đọc và viết tiếng Việt.
(Students will learn to listen to, speak, read and write Vietnamese:
1 subject + 4 predicates)

Compound sentences

A compound sentence is made up of two simple sentences linked by a conjunctive particle.

Examples:

Vì hôm nay trời đẹp nên tôi đi chơi.

(Because it is beautiful today, I am going out.)

Hôm nay trời đẹp	is a single sentence.
Tôi đi chơi	is a single sentence.
Vì... nên...	is a conjunctive particle.

Trong khi mẹ tôi làm việc thì em tôi học bài.

(While my mother is working, my younger brother is studying.)

Mẹ tôi làm việc	is a single sentence.
Em tôi học bài	is a single sentence.
Trong khi... thì...	is a conjunctive particle.

Terms of address

In place of a pronoun equivalent to English "you," Vietnamese uses a range of kinship terms and honorifics as terms of address. The use of these is explained at the beginning of Chapter 1. The Vietnamese phrases listed often require a choice to be made according to whether the addressee is male or female.

1. Greetings and Requests

It is common in Vietnam to shake hands on meeting and parting company in urban areas, but this is not common in rural areas. Vietnamese women in particular may be hesitant to shake hands. Vietnamese bow their heads slightly when greeting other people.

In Vietnamese, the family name is written first, followed by the middle name and then the given name, e.g.:

Family name	Middle name	Given name
Nguyễn	**Văn**	**Minh**

The family name is virtually never used except in conjunction with the other two names. A person is addressed by their given name and a title, e.g.:

Nguyễn Văn Minh	**Ông Minh**	(Mr. Minh)
Trịnh Thị Hoa	**Bà Hoa**	(Mrs. Hoa)
Trần Tuyết Mai	**Cô Mai**	(Miss Mai)

A woman keeps her maiden name for official purposes after she marries, but she can be addressed by her husband's given name and a title, e.g.: after the marriage of **Trần Tuyết Mai** to **Nguyễn Văn Minh**, others will address her as **Bà Minh** (Mrs. Minh).

Vietnamese names usually have meanings, for example, **Hồng** means "rose" and **Hùng** means "hero." Names are often chosen for their auspicious meaning. Most names can be used for both boys and girls but when used as a middle name, **Văn** is almost always for boys and **Thị** for girls.

People seldom ask each other their names. They address each other by a series of kinship terms or professional titles. Such terms and titles always go before the given name, never the family name. It would be extremely disrespectful for students to address their teacher by name alone, or for a younger person to address an older person in the same manner. It is possible however to call close friends and younger family members by name alone.

The Vietnamese usually use a system of kinship terms instead of names as a method of address, e.g.: **bác** (father's elder brother)— used for people obviously older than the speaker; **anh** (older brother)—used for a man the same age or older than the speaker; **chị** (older sister)—used for a woman the same age or older than the speaker. These terms can be used alone or with the given name (never with the surname), e.g.: **Bác Minh**, **Chị Mai**.

More respectful terms are used in formal situations: **Ông** (Mr.), **Bà** (Mrs.), **Cô** (Miss). These titles are used with the given name. Women are called **bà** and **cô** according to their age, rather than their marital status. Foreign women are usually called **bà** regardless of age.

In formal situations the title of the position held by a person is usually used as a term of address, e.g.: **Kỹ sư Minh** (Engineer Minh), **Giáo sư Hoa** (Professor Hoa). The terms **ông** and **bà** can be added to professional titles to make them more respectful, e.g.: **Bà giám đốc** (Mrs. Director), **Ông bác sĩ** (Mr. Doctor). In this case the given name is not used. Female teachers are called **cô** and male teachers are called **thầy**. These terms are extremely respectful.

The professional title held by a husband or wife can be transferred to the other spouse, e.g. the husband of **Cô Mai** (Teacher Mai) could be called **Thầy Minh** (Teacher Minh) because his wife is a teacher, even if he is not.

Greetings

Hello/Good morning, Mr. Williams.	*Chào ông Williams.*
Hello/Good morning, Mrs. Jones.	*Chào bà Jones.*
Hello, Peter.	*Chào Peter.*
Hi, Helen.	*Chào Helen.*
Good morning, madam.	*Chào bà.*
Good afternoon, sir.	*Chào ông.*
How are you?/How are things?	*Ông* (m.)*/Bà* (f.) *khỏe không?/ Mọi việc thế nào?*
Fine, thank you, and you?	*Khỏe, cảm ơn, còn ông* (m.)*/ bà* (f.) *thế nào?*
Very well, and you?	*Khỏe lắm, còn ông* (m.)*/ bà* (f.) *thế nào?*
In excellent health/ In great shape.	*Rất khỏe./Khỏe lắm.*
So-so.	*Cũng bình thường.*
Not very well.	*Không được khỏe lắm.*
Not bad.	*Cũng được.*
I'm going to leave.	*Tôi xin phép phải đi.*
I have to be going, someone's waiting for me.	*Tôi phải đi, có người đang đợi tôi.*
Goodbye.	*Chào ông* (m.)*/bà* (f.)*.*
See you later.	*Hẹn gặp lại.*
See you soon.	*Mong sớm gặp lại.*
See you in a little while.	*Lát nữa gặp lại.*
Sweet dreams.	*Chúc ông* (m.)*/bà* (f.) *nhiều giấc mơ đẹp.*

Greetings and Requests

1

Good night.	*Chúc ông* (m.)/*bà* (f.) *ngủ ngon.*
All the best.	*Chúc ông* (m.)/*bà* (f.) *mọi đều tốt lành.*
Have fun.	*Chúc vui vẻ.*
Good luck.	*Chúc may mắn.*
Have a nice vacation.	*Đi nghỉ mát vui vẻ.*
Bon voyage/Have a good trip.	*Chúc chuyến đi tốt đẹp!*
Thank you, the same to you.	*Cảm ơn, (tôi) cũng chúc ông* (m.)/*bà* (f.) *như vậy.*
Give my regards to…	*Xin cho tôi gửi lời thăm…*
Say hello to…	*Cho tôi gửi lời thăm…*

1.2 Asking a question

Who?	*Ai?*
Who's that?/Who is it?/ Who's there?	*Ai đó?*
What?	*Cái gì?/Gì?*
What is there to see?	*Ở đó có gì xem được?*
What category of hotel is it?	*Khách sạn đó thuộc loại nào?*
Where?	*Ở đâu?/Đâu?*
Where's the bathroom?	*Phòng tắm ở đâu?*
Where are you going?	*Ông* (m.)/*Bà* (f.) *đi đâu?*
Where are you from?	*Ông* (m.)/*Bà* (f.) *từ đâu tới?*
How?	*Như thế nào?/Cách nào?*
How far is that?	*Nơi đó có xa không?/Bao xa?*
How long does that take?	*Mất bao lâu?*
How long is the trip?	*Chuyến đi mất bao lâu?*
How much?	*Bao nhiêu tiền?/Bao nhiêu?*

How much is this?	*Cái này bao nhiêu?*
What time is it?	*Mấy giờ rồi?*
Which one(s)?	*Cái nào?*
Which glass is mine?	*Ly nào (là) của tôi?*
When?	*Khi nào?*
When are you leaving?	*Khi nào ông* (m.)/*bà* (f.) *đi?*
Why?	*Tại sao?*
Could you help me, please?	*Xin giúp tôi.*
Could you show me, please?	*Xin chỉ giùm tôi.*
Could you come with me, please?	*Xin đi cùng với tôi.*
Could you book me some tickets, please?	*Xin giữ trước cho tôi một vài vé.*
Could you recommend another hotel?	*Xin giới thiệu cho tôi một khách sạn khác.*
Do you know...?	*Ông* (m.)/*Bà* (f.) *có biết...?*
Do you know whether...?	*Ông* (m.)/*Bà* (f.) *có biết...?*
Do you have...?	*Ông* (m.)/*Bà* (f.) *có...?*
Do you have a...for me?	*Ông* (m.)/*Bà* (f.) *có...cho tôi không?*
Do you have a vegetarian dish?	*Ông* (m.)/*Bà* (f.) *có món ăn chay không?*
I would like...	*Tôi muốn mua.../Cho tôi...*
I'd like a kilo of apples, please.	*Cho tôi một kí táo.*
Can/May I?	*Được không?*
Can/May I take this away?	*Tôi lấy cái này được không?*
Can I smoke here?	*Tôi hút thuốc ở đây được không?*
Could I ask you something?	*Tôi hỏi ông* (m.)/*bà* (f.) *điều này được không?*

1.3 How to reply

Yes, of course.	*Được chứ.*
No, I'm sorry.	*Rất tiếc, không được.*
Yes, what can I do for you?	*Dạ, ông* (m.)/*bà* (f.) *cần gì?*
Just a moment, please.	*Xin đợi một lát.*
No, I don't have time now.	*Không, bây giờ tôi không có thì giờ.*
No, that's impossible.	*Không, không thể được.*
I think so./I think that's absolutely right.	*Đúng vậy./Tôi nghĩ rằng điều đó rất đúng.*
I think so too./I agree.	*Tôi cũng nghĩ vậy./Tôi đồng ý.*
I hope so too.	*Tôi cũng hy vọng như vậy.*
No, not at all./Absolutely not.	*Không, hoàn toàn không./ Tuyệt đối không.*
No, no one.	*Không, không có ai cả.*
No, nothing.	*Không, không có gì cả.*
That's right.	*Đúng vậy.*
Something's wrong.	*Có chuyện gì rồi.*
I agree./don't agree.	*Tôi đồng ý./Không đồng ý.*
OK./It's fine.	*Được./Tốt lắm.*
OK, all right.	*Được.*
Perhaps./Maybe.	*Có lẽ./Có thể.*
I don't know.	*Tôi không biết.*

1.4 Thank you

Thank you.	*Cảm ơn.*
You're welcome.	*Không có chi.*

Thank you very much./ Many thanks.	*Cảm ơn nhiều./Cảm ơn nhiều lắm.*
Very kind of you.	*Ông* (m.)/*Bà* (f.) *tốt quá.*
My pleasure.	*Không có chi./Đâu có gì.*
I enjoyed it very much.	*Tôi thích lắm.*
Thank you for...	*Cảm ơn ông* (m.)/*bà* (f.) *đã*
You shouldn't have./ That was so kind of you.	*Ông* (m.)/*Bà* (f.) *khöng cần phải./ Ông* (m.)/*Bà* (f.) *tốt quá.*
Don't mention it!	*Có gì đâu!*
That's all right.	*Không có chi.*

1.5 I'm sorry

Excuse me./Pardon me./Sorry.	*Xin lỗi.*
I do apologize.	*Tôi xin lỗi.*
Sorry, I didn't know that...	*Tôi xin lỗi, tôi không biết rằng...*
I didn't mean it.	*Tôi không cố ý.*
It was an accident.	*Đây là chuyện rủi ro.*
That's all right.	*Không có chi.*
Don't worry about it.	*Đừng lo gì cả.*
Never mind.	*Đừng bận tâm.*
Forget it.	*Hãy quên nó đi.*
It could happen to anyone.	*Chuyện này đâu ai tránh được.*

1.6 What do you think?

Which do you prefer/ like best?	*Ông* (m.)/*Bà* (f.) *thích cái nào hơn/thích cái nào nhất?*
What do you think?	*Ông* (m.)/*Bà* (f.) *thấy thế nào?*

Don't you like dancing?	*Ông* (m.)/*Bà* (f.) *không thích khiêu vũ sao?*
I don't mind.	*Sao cũng được.*
Well done!	*Hay lắm!*
Not bad!	*Được lắm!*
Great!/Marvelous!	*Tuyệt diệu!*
Wonderful!	*Tuyệt vời!*
How lovely!	*Đẹp quá!/Hay quá!*
I am pleased for you.	*Tôi rất mừng cho ông* (m.)/*bà* (f.).
I'm very happy to...	*Tôi rất sung sướng...*
It's really nice here!	*Ở đây hay quá!/Ở đây tốt quá!*
How nice!	*Tốt quá!*
How nice for you!	*Rất tốt cho ông* (m.)/*bà* (f.)*!*
I'm (not) very happy with...	*Tôi rất (không) hài lòng với...*
I'm glad that...	*Tôi vui vì...*
I'm having a great time.	*Tôi rất vui.*
I can't wait till tomorrow.	*Tôi không thể đợi đến ngày mai.*
I'm looking forward to tomorrow.	*Tôi mong đến ngày mai.*
I hope it works out.	*Tôi hy vọng việc sẽ ổn thỏa.*
How awful!	*Ghê quá!/Kỳ quá!*
It's horrible!	*Khủng khiếp!*
That's ridiculous!	*Tức cười quá!/Nực cười quá!*
That's terrible!	*Ghê quá!*
What a pity/shame!	*Thật đáng tiếc!/Thật xấu hổ!*
How disgusting!	*Ghê quá!*

What nonsense!/How silly!	*Vô lý quá!*
I don't like it/them.	*Tôi không thích nó/chúng.*
I'm bored to death.	*Tôi chán muốn chết.*
I'm fed up.	*Tôi chán lắm rồi.*
This is no good.	*Cái này không tốt.*
This is not what I expected.	*Cái này không phải cái tôi muốn.*

2. The Basics

2.1 Numbers

0	*không*	17	*mười bảy*
1	*một*	18	*mười tám*
2	*hai*	19	*mười chín*
3	*ba*	20	*hai mươi*
4	*bốn*	21	*hai mươi mốt*
5	*năm*	22	*hai mươi hai*
6	*sáu*	30	*ba mươi*
7	*bảy*	31	*ba mươi mốt*
8	*tám*	32	*ba mươi hai*
9	*chín*	40	*bốn mươi*
10	*mười*	50	*năm mươi*
11	*mười một*	60	*sáu mươi*
12	*mười hai*	70	*bảy mươi*
13	*mười ba*	80	*tám mươi*
14	*mười bốn*	90	*chín mươi*
15	*mười lăm*	100	*một trăm*
16	*mười sáu*		

101	*một trăm lẻ một/* *một trăm linh một*	6th	*thứ sáu*
110	*một trăm mười*	7th	*thứ bảy*
120	*một trăm hai mươi*	8th	*thứ tám*
200	*hai trăm*	9th	*thứ chin*
300	*ba trăm*	10th	*thứ mười*
400	*bốn trăm*	11th	*thứ mười một*
500	*năm trăm*	12th	*thứ mười hai*
600	*sáu trăm*	13th	*thứ mười ba*
700	*bảy trăm*	14th	*thứ mười bốn*
800	*tám trăm*	15th	*thứ mười lăm*
900	*chín trăm*	16th	*thứ mười sáu*
1,000	*một ngàn/một nghìn*	17th	*thứ mười bảy*
1,100	*một ngàn một trăm*	18th	*thứ mười tám*
1,010	*một ngàn không trăm mười*	19th	*thứ mười chín*
		20th	*thứ hai mươi*
2,000	*hai ngàn*	21st	*thứ hai mươi mốt*
10,000	*mười ngàn*	24th	*thứ hai mươi tư*
100,000	*một trăm ngàn*	30th	*thứ ba mươi*
1,000,000	*một triệu*	100th	*thứ một trăm*
1st	*thứ nhất*	1,000th	*thứ một ngàn*
2nd	*thứ nhì/thứ hai*	once	*một lần*
3rd	*thứ ba*	twice	*hai lần*
4th	*thứ tư*	double	*gấp đôi/gấp hai*
5th	*thứ năm*	triple	*gấp ba*

half	**nửa** (less than 1)/**rưỡi** (more than 1 + half)/**rưởi** (more than 1 + half, used in money counting)
a quarter	**một phần tư**
a third	**một phần ba**
some/a few	**một vài/một ít**
2 + 4 = 6	**2 cộng 4 bằng 6**
4 − 2 = 2	**4 trừ 2 còn 2**
2 x 4 = 8	**2 nhân 4 bằng 8**
4 ÷ 2 = 2	**4 chia 2 bằng 2**
even/odd	**chẵn/lẻ**
total	**tổng cộng**
6 x 9	**6 lần 9**

2.2 Telling Time

Key Vocabulary

at…	from…to…	on time
lúc…	**từ…đến…**	**đúng giờ**
after…	too early/late	between…and…
sau khi…	**quá sớm/quá trễ**	(o'clock)
before…		**trong khoảng từ…**
trước…		**đến…**

What time is it?	**Mấy giờ rồi?/Bây giờ là mấy giờ?**
It's nine o'clock.	**Chín giờ.**
– five past ten	**– mười giờ năm (phút)**

– a quarter past eleven	– *mười một giờ mười lăm (phút)*
– twenty past twelve	– *mười hai giờ hai mươi*
– half past one	– *một giờ rưỡi*
– twenty-five to three	– *ba giờ kém hai mươi lăm (phút)*
– a quarter to four	– *bốn giờ kém mười lăm (phút)*
– ten to five	– *năm giờ kém mười (phút)*
It's midday (twelve noon).	*Mười hai giờ trưa.*
It's midnight.	*Mười hai giờ đêm/nửa đêm.*
What time?	*Mấy giờ?*
What time can I come by?	*Mấy giờ tôi đến được?*
I will be there around…	*Tôi sẽ đến khoảng…*
In...minutes.	*…phút nữa.*
– an hour	– *một giờ*
– half an hour	– *nửa giờ/nửa tiếng*
– a quarter of an hour	– *mười lăm phút*
– three quarters of an hour	– *bốn mươi lăm phút*
summertime (daylight saving)	*giờ mùa hạ (đổi giờ theo mùa)*
wintertime	*giờ mùa đông*

Key Vocabulary

minutes to ... *…giờ kém…(phút)*	a quarter to ... *…giờ kém 15 phút*
minutes past ... *…giờ…(phút)*	a quarter past ... *…giờ 15 phút*
half an hour *nửa giờ*	

Key Vocabulary

in the morning *(vào) buổi sáng*	this morning *sáng nay*	day off *ngày nghỉ*
in the afternoon *(vào) buổi chiều*	this afternoon *chiều nay*	tonight *đêm nay*
in the evening *(vào) buổi tối*	this evening *tối nay*	last night *đêm qua*
at night *ban đêm*		

The Basics

2

What day is it today?	*Hôm nay (là) thứ mấy?*
Today's Monday.	*Hôm nay là thứ Hai.*
– Tuesday	*– thứ Ba*
– Wednesday	*– thứ Tư*
– Thursday	*– thứ Năm*
– Friday	*– thứ Sáu*
– Saturday	*– thứ Bảy*
– Sunday	*– Chủ nhật*
What's the date today?	*Hôm nay ngày mấy?*
Today's the 24th.	*Hôm nay (là) ngày 24.*
Monday 3, November	*Thứ Hai ngày 3 tháng Mười một*
this week	*tuần này*
next…	*…tới/sau*
tomorrow	*ngày mai*
in…days/weeks/months/ years	*trong …ngày/tuần/tháng/năm nữa*
…weeks ago	*cách đây…tuần*

2.4 Months and years

Key Vocabulary

this month *tháng nay*	this year *năm nay*	a year ago *một năm trước*
next month *tháng sau*	next year *năm sau*	after two years *hai năm sau*
previous month *tháng trước*	previous year *năm trước*	
three months ago *ba tháng trước*	last year *năm ngoái/năm rồi*	

in January	*vào tháng Giêng*
since February	*từ tháng Hai*
in spring	*(vào) mùa xuân*
in summer	*(vào) mùa hạ/mùa hè*
in autumn	*(vào) mùa thu*
in winter	*(vào) mùa đông*
2019	*năm hai ngàn mười chín*
2020	*năm hai ngàn hai mươi*
the twentieth century	*thế kỷ thứ hai mươi*
the twenty-first century	*thế kỷ thứ hai mươi mốt*

2.5 What does that sign say?

See 5.2 Traffic signs

bán for sale	*sơ cứu/tai nạn và cấp cứu (bệnh viện)* first aid/accident and emergency (hospital)	*lối thoát khi có cháy/ thang cuốn* fire escape/escalator
bị hư/hỏng out of order		

bưu điện
post office

**cấm hút thuốc/
cấm xả rác**
no smoking/no litter

**cấm săn bắn/cấm
câu cá**
no hunting/fishing

cấm vào
no access/no entry

công an/cảnh sát
police/municipal
police

cảnh sát giao thông
traffic police

cho thuê
for hire/rent

chỗ dành riêng
reserved

có người
engaged

coi chừng chó dữ
beware of the dog

nhà vệ sinh/WC
restroom/WC

sở cứu hỏa
fire department

sơn ướt
wet paint

thắng khẩn cấp
emergency brake

lối ra (khẩn cấp)
(emergency) exit

đã bán hết
sold out

đẩy vào
push

đầy
full

điện cao thế
high voltage

**đóng cửa (nghỉ
lễ/sửa sang)**
closed (for holiday/
refurbishment)

hướng dẫn
information

kéo ra
pull

khách sạn
hotel

không dùng
not in use

Không hút thuốc.
No smoking.

**thu ngân/quầy
thu tiền**
cashier

thời gian biểu
timetable

ngoại hối/đổi tiền
exchange

**không dùng điện
thoại**
no cell phone

lối vào
entrance

mở/mở cửa
open

ngừng
stop

người đi bộ
pedestrians

**nguy hiểm/coi chừng
hỏa hoạn/nguy hiểm
đến tính mạng**
danger/fire hazard/
danger to life

bệnh viện
hospital

nước nóng/lạnh
hot/cold water

**nước (không)
uống được**
(no) drinking water

phòng bán vé
ticket office

phòng đợi
waiting room

**văn phòng hướng
dẫn du lịch**
tourist information
bureau

**xin đừng quấy rầy/
sờ mó**
please do not
disturb/touch

xin bỏ giày dép
shoes off, please

2.6 Holidays

On average there are 10 public holidays a year in Vietnam for the Vietnamese citizens. Foreigners working in Vietnam are entitled to one more day – to celebrate their country's National Day.

The most important legal holidays in Vietnam are the following:

January 1 New Year's Day **Tết dương lịch**—this is the International New Year which signifies the start of a new calendar year.

Vietnamese New Year **Tết/Tết âm lịch**—the official holidays extend over 6 days: the first day of the new lunar year—usually in late January to February, plus one day before and four days after that. The New Year is usually celebrated for two weeks as it is considered the most important holiday of the year.

Before the New Year holidays Vietnamese spend time and efforts cooking the new year's food with special ingredients, and shopping for flowers and bonsai to decorate the house after house cleaning. The special new year food includes glutinous rice cake (**bánh chưng**) and candied fruit (**mứt**). During the week of the New Year holidays, Vietnamese visit their relatives and close friends and also do prayers to ancestors. Red packets of money will be given out to families and friends. Many local festivals will be held starting one week after the New Year day.

March/April **King Hungs Temple Festival**—This official holiday is on the 10th of the third lunar month though the festival takes place a few days before and after that date. Vietnamese make a pilgrimage to Hung Kings Temple in Phu Tho Province to pay tribute to Hung Kings, considered the founders and first rulers of the nation.

April 30 Victory Day / Reunification Day **Lễ Chiến Thắng**—This day marks the end of the Vietnam War, when the Northern Vietnamese army entered Saigon and unified the country in 1975. Since then, it has been celebrated annually.

May 1 Labor Day **Lễ Lao Động**—also known as Workers' Day, International Workers' Day in other countries. It is a celebration of laborers and the working classes, a day that is promoted by the International Labor Movement and which occurs every year on May Day (May 1). The date was chosen by a pan-national organization of socialist and communist political parties to commemorate the Haymarket affair, which occurred in Chicago on May 4, 1886.

September 2 National Day *Lễ Quốc Khánh*—to commemorate the event organized by Viet Minh on September 2, 1945 in Hanoi, when Ho Chi Minh announced the Declaration of Independence, thus giving birth to modern Vietnam, then known as the Democratic Republic of Vietnam. In 2007, the government of Vietnam issued a new list of official national holidays, and National Day continues to be observed on this same day as an important one.

Most shops, banks, and government institutions are closed on these public holidays. Although Christmas is not considered a legal holiday, it is actually a season of festivities for the urban population, regardless of their religious beliefs. Individual towns and provinces also have public holidays to celebrate their own festivals.

Always make sure to check with the relevant Vietnamese official sites before scheduling important events on certain days, mostly during Spring time. With Buddhism being the most popular religion in Vietnam, many sacred days in Buddhism have become de facto holidays for which businesses have to consider when these sacred days involve pilgrimage or worshipping events.

3. Small Talk

3.1 Introductions

Key Vocabulary

surname
họ

first name
tên

initials
chữ ký tắt

address (street/number)
địa chỉ (đường phố/số nhà)

postal (zip) code/town
khu bưu chính/tỉnh

sex (male/female)
phái tính (nam/nữ)

nationality/citizenship
quốc tịch

date of birth
ngày sinh

place of birth
nơi sinh

occupation
nghề nghiệp

marital status
tình trạng hôn nhân

married
có gia đình

single
độc thân

widowed
góa vợ/góa chồng

(number of) children
(số) con cái

passport/identity card/driving license number
hộ chiếu/chứng minh thư/số bằng lái (xe)

place and date of issue
nơi và ngày cấp

signature
chữ ký

May I introduce myself?	*Tôi xin tự giới thiệu.*
My name's...	*Tôi tên là...*
I'm...	*Tôi là...*
What's your name?	*Quý danh của ông* (m.)/ *Bà* (f.) *là gì?* *Ông* (m.)/*Bà* (f.) *tên gì?*
May I introduce...?	*Tôi xin được giới thiệu...*
This is my wife/husband.	*Đây là vợ tôi/chồng tôi.*
This is my daughter/son.	*Đây là con gái tôi/con trai tôi.*
This is my mother/father.	*Đây là mẹ tôi/cha tôi.*
This is my fiancée/fiancé.	*Đây là hôn phu/hôn thê của tôi.*
This is my friend.	*Đây là bạn tôi.*
How do you do?	*Chào ông* (m.)/*bà* (f.).
Hi, pleased to meet you.	*Hân hạnh được gặp ông* (m.)/ *bà* (f.).
Pleased to meet you. (formal)	*Rất hân hạnh được gặp ông* (m.)/ *bà* (f.).
Where are you from?	*Ông* (m.)/*Bà* (f.) *là người nước nào?*
I'm American.	*Tôi là người Mỹ.*
What city do you live in?	*Ông* (m.)/*Bà* (f.) *sống ở thành phố nào?*
In...near...	*ở...gần...*
Have you been here long?	*Ông* (m.)/*Bà* (f.) *ở đây lâu chưa?*
A few days.	*Vài ngày.*
How long are you staying here?	*Ông* (m.)/*Bà* (f.) *sẽ ở đây bao lâu?*

Key Vocabulary

relatives	family	son
bà con	*gia đình*	*con trai*
friends	children	daughter
bạn bè	*cháu chưa*	*con gái*

We're (probably) leaving tomorrow/in two weeks.	*(Có lẽ) ngày mai/hai tuần nữa chúng tôi sẽ đi.*
Where are you staying?	*Ông (m.)/Bà (f.) sẽ ở đâu?*
I'm staying in a hotel/ an apartment.	*Tôi sẽ ở tại khách sạn/căn hộ.*
At a campsite.	*Tại khu cắm trại.*
I'm staying with friends/ relatives.	*Tôi ở với bạn bè/bà con.*
Are you here on your own?	*Ông (m.)/Bà (f.) ở đây một mình ạ?*
Are you here with your family?	*Ông (m.)/Bà (f.) có ở đây với gia đình không?*
I'm on my own.	*Tôi ở một mình.*
I'm with my partner/wife/ husband.	*Tôi ở với bạn tôi/vợ tôi/chồng tôi.*
– with my family	*– với gia đình tôi*
– with relatives	*– với bà con*
– with a friend/friends	*– với một người bạn/với bạn bè*
Are you married?	*Anh (m.)/Cô (f.) có gia đình chưa?*
Are you engaged?	*Anh (m.)/Cô (f.) đính hôn chưa?*
Do you have a steady boy/ girlfriend?	*Cô (f.)/Anh (m.) có người yêu chưa?*
That's none of your business.	*Tôi không thể nói chuyện đó được.*

I'm married.	*Tôi có gia đình rồi.*
I'm single.	*Tôi còn độc thân.*
I'm not married.	*Tôi chưa có gia đình.*
I'm separated.	*Tôi đã ly thân.*
I'm divorced.	*Tôi đã ly dị.*
I'm a widow/widower.	*Tôi goá vợ./Tôi goá chồng.*
I live alone/with someone.	*Tôi sống một mình/sống với người khác.*
Do you have any children/ grandchildren?	*Anh* (m.)/*Cô* (f.) *có con chưa?* *Ông* (m.)/*Bà* (f.) *có cháu chưa?*
How old are you?	*Ông* (m.)/*Bà* (f.) *bao nhiêu tuổi?*
How old is she/he?	*Cô* (f.)/*Anh* (m.) *ấy bao nhiêu tuổi?*
I'm...(years old).	*Tôi...tuổi.*
She's...(years old).	*Cô ấy...tuổi.*
What do you do for a living?	*Ông* (m.)/*Bà* (f.) *sống bằng nghề gì?*
I work in an office.	*Tôi làm việc văn phòng.*
I'm a student.	*Tôi là sinh viên.*
I'm unemployed.	*Tôi đang thất nghiệp.*
I'm retired..	*Tôi đã về hưu.*
I'm on a disability/pension..	*Tôi hưởng trợ cấp tàn tật/lương hưu.*
I'm a housewife.	*Tôi là người nội trợ.*
Do you like your job?	*Ông* (m.)/*Bà* (f.) *thích công việc của ông* (m.)/*bà* (f.) *không?*

| Most of the time. | *Thường là thích.* |
| Mostly I do, but I prefer vacations. | *Thường là thích, nhưng tôi muốn đi nghỉ mát hơn.* |

3.2 Pardon me, do you speak English?

Key Vocabulary

knew a little (language) *biết một chút (tiếng __)*	how to pronounce (a word) *đánh vần (từ này) thế nào*	spoken language *nói tiếng*
English language *tiếng Anh*		

I don't speak any…/ I speak a little...	*Tôi không nói được tiếng.../ Tôi chỉ nói chút ít tiếng … thôi.*
I'm American.	*Tôi là người Mỹ.*
Do you speak English?	*Ông* (m.)*/Bà* (f.) *có nói tiếng Anh không?*
Is there anyone who speaks...?	*Ở đây có ai nói tiếng...không?*
I beg your pardon/What?	*Xin lỗi, ông* (m.)*/bà* (f.) *nói gì?/ Sao ạ?*
I (don't) understand.	*Tôi (không) hiểu.*
Do you understand me?	*Ông* (m.)*/Bà* (f.) *có hiểu tôi không?*
Could you repeat that, please?	*Làm ơn nhắc lại giùm.*
Could you speak more slowly, please?	*Xin nói chậm hơn.*
What does that mean/that word mean?	*Điều đó nghĩa là gì?/Chữ đó nghĩa là gì?*
It's more or less the same as...	*Nó giông giống như...*

Could you write that down for me, please?	*Xin viết ra giùm tôi.*
Could you spell that for me, please?	*Xin đánh vần giúp tôi.*
Could you point that out in this phrasebook, please?	*Xin ông* (m.)/*bà* (f.) *chỉ ra giùm trong quyển sách này.*
Just a minute, I'll look it up.	*Đợi một chút; tôi tìm chữ đó.*
I can't find the word/ the sentence.	*Tôi không tìm thấy chữ đó/ câu đó.*
How do you say that in...?	*Xin nói từ đó bằng tiếng...?*
How do you pronounce that?	*Ông* (m.)/*Bà* (f.) *phát âm từ đó như thế nào?*

3.3 Starting/ending a conversation

Could I ask you something?	*Tôi hỏi ông* (m.)/*bà* (f.) *đều này được không?*
Excuse me./Pardon me.	*Xin lỗi.*
Could you help me please?	*Xin giúp giùm tôi.*
Yes, what's the problem?	*Được, có chuyện gì vậy?*
What can I do for you?	*Ông* (m.)/*Bà* (f.) *cần gì?*
Sorry, I don't have time now.	*Xin lỗi, bây giờ tôi không có thì giờ.*
Do you have a light?	*Anh có hộp quẹt không?*
May I join you?	*Cho tôi tham gia với được không?*
Could you take a picture of me/us?	*Xin chụp hình giùm tôi/chúng tôi.*
Leave me alone.	*Đừng làm phiền tôi.*

Get lost!		*Đi đi.*
Go away or I'll scream.		*Đi ngay không tôi la to lên đây.*

3.4 Chatting about the weather

Key Vocabulary

bleak *ảm đạm*	fine/clear *đẹp/trong*	very hot *rất nóng*
humid *ẩm ướt*	mild *dịu*	overnight frost *gió lạnh về đêm*
frost *băng giá*	...degrees (below/ above zero) *độ (trên không độ/ dưới không độ)*	wind *gió*
hurricane/storm *bão*		windy *gió/nhiều gió*
gusts of wind *cơn gió*	heatwave *đợt nóng*	moderate/strong/ very strong winds *gió nhẹ/mạnh/rất mạnh*
fine *đẹp/tốt*	frost/frosty *giá lạnh*	
cold and damp *lạnh và ẩm*	sunny *nắng*	stifling *hầm/oi bức*
cool *mát*	sunny day *ngày nắng*	fog/foggy *sương mù*
rain *mưa*	cloudiness *nhiều mây*	clear skies/cloudy/ overcast *trời trong/có mây*
hail *mưa đá*	flood *ngập/lụt*	
heavy rain *mưa lớn*	snow *tuyết*	

It's so hot/cold today!	*Hôm nay trời nóng quá/lạnh quá!*
Isn't it a lovely day?	*Hôm nay trời đẹp quá phải không?*
It's so windy!/What a storm!	*Trời gió quá!/Bão ghê quá!*
All that rain!	*Mưa hoài!*
It's so foggy!	*Trời sương mù nhiều quá!*
Has the weather been like this for long?	*Thời tiết như thế này lâu chưa?*
How long will this weather continue?	*Thời tiết này sẽ còn kéo dài bao lâu nữa?*
Is it always this hot/ cold here?	*Lúc nào ở đây cũng nóng/lạnh như vậy sao?*
Is it always this dry/ humid here?	*Lúc nào ở đây cũng khô/ẩm thấp như vậy sao?*
Is the weather going to be good/bad?	*Trời sẽ đẹp/xấu không?*
Is it going to get colder/hotter?	*Trời lạnh hơn/nóng hơn không?*
What temperature is it going to be?	*Nhiệt độ sẽ là bao nhiêu?*
Is it going to rain?	*Trời sắp mưa không?*
Is there going to be a storm?	*Trời sắp có bão phải không?*
Is there going to be a thunderstorm?	*Trời sắp có giông phải không?*
The weather's changing.	*Thời tiết đang thay đổi.*
It's going to be cold.	*Trời sẽ lạnh.*
What's the weather going to be like today/tomorrow?	*Hôm nay/ngày mai thời tiết như thế nào?*
Is that section flooded?	*Đoạn đó có bị ngập lụt không?*

What is today's temperature?	*Hôm nay nhiệt độ là bao nhiêu?*
Today's temperature is 30°C (86°F).	*Nhiệt độ hôm nay là 30°C (86°F).*
What is today's Air Quality Index (AQI)?	*Chỉ số chất lượng không khí hôm nay là bao nhiêu?*
Today's Air Quality Index (AQI) is 160, high air pollution.	*Chỉ số chất lượng không khí hôm nay là 160, ô nhiễm cao.*

 3.5 Hobbies

Key Vocabulary

computer games *trò chơi điện tử*	blogging *viết blog*	sports *thể thao*
skiing *trượt tuyết*	photography *chụp ảnh*	indoor games *trò chơi trong nhà*
dancing *khiêu vũ*	volleyball *bóng chuyền*	

Do you have any hobbies?	*Ông* (m.)/*Bà* (f.) *có những sở thích gì?*
I like knitting/reading/ photography.	*Tôi thích đan/đọc sách/ nhiếp ảnh.*
I enjoy listening to music.	*Tôi thích nghe nhạc.*
I play the guitar/piano.	*Tôi chơi guitar/dương cầm.*
I like the cinema.	*Tôi thích đi coi phim.*
I like traveling/playing sports/ going fishing/going for a walk.	*Tôi thích đi du lịch/chơi thể thao/ đi câu cá/đi dạo.*

3.6 Invitations

Are you doing anything tonight?	**Đêm nay, ông** (m.)/**bà** (f.) **có làm gì không?**
Do you have any plans for today/this afternoon/tonight?	**Ông** (m.)/**Bà** (f.) **có kế hoạch gì hôm nay/chiều nay/đêm nay không?**
Would you like to go out with me?	**Tôi muốn mời ông** (m.)/**bà** (f.) **đi chơi với tôi?**
Would you like to go dancing with me?	**Tôi muốn mời cô** (f.)/**anh** (m.) **khiêu vũ với tôi?**
Would you like to have lunch/dinner with me?	**Tôi muốn mời cô** (f.)/**anh** (m.) **ăn trưa với tôi?**
Would you like to come to the beach with me?	**Tôi muốn mời cô** (f.)/**anh** (m.) **đi biển với tôi?**
Would you like to come into town with us?	**Tôi muốn mời cô** (f.)/**anh** (m.) **đi vào thành phố với chúng tôi?**
Would you like to come and see some friends with us?	**Tôi muốn mời cô** (f.)/**anh** (m.) **đến thăm vài người bạn với chúng tôi?**
Shall we dance?	**Chúng ta khiêu vũ nghe?**
– sit at the bar?	**– ngồi ở quầy rượu được không?**
– get something to drink?	**– kiếm thứ gì uống nghe?**
– go for a walk/drive?	**– đi dạo/lái xe dạo chơi nghe?**
Yes, all right.	**Được.**
Good idea.	**Ý kiến rất hay.**
No, thank you.	**Không, cảm ơn.**
Maybe later.	**Có lẽ, đợi lát nữa.**
I don't feel like it.	**Tôi thấy không thích lắm.**

I don't have time.	**Tôi không có thì giờ.**
I already have a date.	**Tôi đã có hẹn.**
I'm not very good at dancing/ volleyball/swimming.	**Tôi không giỏi khiêu vũ/chơi bóng chuyền/bơi lội.**

3.7 Paying a compliment

You look great!	**Cô** (f.)**/Anh** (m.) **trông đẹp quá!**
I like your car!	**Tôi thích chiếc xe của ông** (m.)**/ bà** (f.) **lắm!**
You are very nice.	**Ông** (m.)**/Bà** (f.) **tốt quá.**
You're a good dancer.	**Anh** (m.)**/Cô** (f.) **khiêu vũ giỏi quá.**
You're a very good cook.	**Cô/Bà** (f.) **nấu ăn ngon lắm.**
You're a good soccer player.	**Anh chơi bóng đá rất giỏi.**

3.8 Intimate conversations

I like being with you.	**Tôi thích được ở gần bên anh** (m.)**/em** (f.)**.**
I've missed you so much.	**Tôi nhớ em** (f.)**/anh** (m.) **rất nhiều.**
I dreamt about you.	**Tôi nằm mơ thấy em** (f.)**/ anh** (m.)**.**
I think about you all day.	**Lúc nào tôi cũng nghĩ đến em** (f.)**/anh** (m.)**.**
I've been thinking about you all day.	**Suốt ngày tôi cứ nghĩ đến anh** (m.)**/em** (f.)**.**
You have such a sweet smile.	**Em** (f.)**/Anh** (m.) **có nụ cười ngọt ngào lắm.**
You have such beautiful eyes.	**Em** (f.)**/Anh** (m.) **có đôi mắt đẹp lắm.**

I love you.	***Tôi yêu em*** (f.)***/anh*** (m.)***.***
I'm fond of you.	***Tôi mến thích em*** (f.)***/anh*** (m.)***.***
I'm in love with you.	***Anh*** (m.) ***yêu em./Em*** (f.) ***yêu anh.***
I'm in love with you too.	***Em*** (f.) ***cũng yêu anh./Anh*** (m.) ***cũng yêu em.***
I don't feel as strongly about you.	***Tôi không hợp lắm với anh*** (m.)***/ em*** (f.) ***đâu.***
I already have a girlfriend/ boyfriend.	***Tôi đã có bạn gái/bạn trai rồi.***
I'm not ready for that.	***Tôi chưa thể tính chuyện ấy được.***
I don't want to rush into it.	***Tôi không muốn vội vã.***
Take your hands off me.	***Bỏ tay khỏi người tôi ngay.***
Okay, no problem.	***Được.***
Will you spend the night with me?	***Em*** (f.)***/Anh*** (m.) ***ngủ qua đêm với tôi nghe?***
I'd like to go to bed with you.	***Tôi thích đi ngủ với em*** (f.)***/anh*** (m.)***.***
Only if we use a condom.	***Với điều kiện chúng ta phải dùng "bao cao su".***
We have to be careful about AIDS.	***Chúng ta phải cẩn thận về bệnh AIDS.***
That's what they all say.	***Ai cũng nghĩ như vậy cả.***
We shouldn't take any risks.	***Chúng ta không nên liều lĩnh.***
Do you have a condom?	***Anh có "bao cao su" không?***
No? Then the answer's no.	***Không à? Vậy thì không thể được.***

3.9 Congratulations and condolences

Happy birthday/Many happy returns/Happy [name] day.	*Chúc mừng sinh nhật.*
Please accept my condolences.	*Tôi xin chân thành chia buồn.*
My deepest sympathy.	*Tôi xin chân thành chia buồn.*

3.10 Arrangements

When will I see you again?	*Khi nào tôi gặp lại cô* (f.)/*anh* (m.) *được?*
Are you free over the weekend?	*Cuối tuần, anh* (m.)/*cô* (f.) *có rảnh không?*
What's the plan, then?	*Vậy chúng ta sẽ làm gì?*
Where shall we meet?	*Chúng ta sẽ gặp nhau ở đâu?*
Will you pick me/us up?	*Anh* (m.)/*chị* (f.) *đón tôi/chúng tôi chứ?*
Shall I pick you up?	*Tôi đến đón cô* (f.)/*anh* (m.) *nghe?*
I have to be home by...	*Tôi phải về nhà trước...*
I don't want to see you anymore.	*Tôi không muốn gặp anh* (m.)/*cô* (f.) *nữa.*

3.11 Being the host(ess)

See also 4 Eating Out

Can I offer you a drink?	*Tôi mời ông* (m.)/*bà* (f.) *uống chút gì nhé?*
What would you like to drink?	*Ông* (m.)/*Bà* (f.) *thích uống gì?*
Something non-alcoholic, please.	*Xin cho tôi món gì không có chất cồn.*

| Would you like a cigarette? | *Mời ông* (m.)/*bà* (f.) *hút thuốc?* |
| I don't smoke. | *Tôi không hút thuốc.* |

3.12 Saying goodbye

Can I take you home?	*Tôi đưa cô* (f.)/*anh* (m.) *về nhà nghe?*
Can I write/call you?	*Tôi viết thư/gọi điện thoại cho cô.* (f.)/ *anh* (m.) *được không?*
Will you write to me/call me?	*Cô* (f.)/*Anh* (m.) *viết thư/điện thoại cho tôi nghe?*
Can I email/chat with you?	*Tôi email/chat với cô* (f.)/*anh* (m.) *được không?*
Can I have your address/ phone number?	*Cô* (f.)/*Anh* (m.) *cho tôi địa chỉ/số điện thoại được không?*
Can I have your email address/chat nick?	*Cô* (f.)/*Anh* (m.) *cho tôi địa chỉ email/ nick chat được không?*
Thanks for everything.	*Cảm ơn những gì cô* (f.)/*anh* (m.) *đã dành cho tôi.*
It was a lot of fun.	*Vui thiệt.*
Please send my regards.	*Cho tôi gởi lời thăm.*
All the best.	*Chúc anh* (m.)/*cô* (f.) *mọi điều tốt lành.*
Good luck.	*Chúc may mắn.*
When will you be back?	*Khi nào anh* (m.)/*cô* (f.) *trở lại?*
I'll be waiting for you.	*Tôi sẽ chờ anh* (m.)/*cô* (f.).
I'd like to see you again.	*Tôi mong được gặp lại anh* (m.)/ *cô* (f.).
I hope we meet again soon.	*Tôi hy vọng chúng ta sớm gặp lại nhau.*

Here's our address. If you're
ever in the United States...

**Đây là địa chỉ của chúng tôi.
Nếu cô** (f.)**/anh** (m.) **có dịp
sang Mỹ...**

You'd be more than welcome.

Chúng tôi hân hạnh đón tiếp cô
(f.)**/ anh** (m.)**.**

4. Eating Out

In Vietnam people usually have three meals. *Bữa sáng* (breakfast) is eaten sometime between 6 and 8 am. It usually consists of Vietnamese soup and tea. *Bữa trưa* (lunch), traditionally eaten at home between 11.30 am and 1.30 pm, includes steamed rice, soup, and a hot dish. Offices are often closed but shops are still open. *Bữa tối* (dinner), at around 6 or 7 pm, is the important meal, often including fish or meat and steamed rice.

The life of an average Vietnamese family is simple in every way. An ordinary meal consists of steamed rice and three other dishes, one salted, one fried or roasted, and a vegetable soup. The soup takes the place of a beverage, since no drink is served. The salted dish is usually a local fish or meat. The second dish is a vegetable stir-fried or cooked with fish or bits of meat. The vegetables most commonly used are bean sprouts, eggplant, squash, sweet potato, manioc, soybean, lettuce, cabbage, and corn. Pork is the favorite meat, followed by poultry (chicken or duck). Beef is often served, but lamb is disliked by some. Fish sauce, *nước mắm*, is an inevitable accompaniment of all meals and is served in a little dish beside each plate. Since it is quite salty, it is usually the only seasoning provided; some red pepper may be crushed into it.

Most restaurants have a cover charge which includes a service charge. Even at restaurants where there's no cover charge, tips are optional.

4.1 At the restaurant

I'd like to reserve a table for seven o'clock, please.	*Tôi muốn giữ một bàn lúc 7 giờ.*
A table for two, please.	*Xin cho một bàn hai người.*
We've/We haven't reserved.	*Chúng tôi đã/không có giữ chỗ trước.*

Ông (m.)/Bà (f.) có giữ chỗ trước không?	Do you have a reservation?
Xin cho biết tên.	What name, please?
Xin đi lối này.	This way, please.
Bàn này có người giữ chỗ rồi.	This table is reserved.
Mười lăm phút nữa chúng tôi sẽ có bàn trống.	We'll have a table free in fifteen minutes.
Xin vui lòng đợi.	Would you mind waiting?

Is the restaurant open yet?	*Tiệm ăn mở cửa chưa?*
What time does the restaurant open?	*Mấy giờ tiệm ăn mở cửa?*
What time does the restaurant close?	*Mấy giờ tiệm ăn đóng cửa?*
Can we wait for a table?	*Chúng tôi đợi bàn được không?*
Do we have to wait long?	*Chúng tôi phải chờ lâu không?*
Is smoking allowed here?	*Ở đây có cho hút thuốc không?*
Smoking is/isn't allowed here.	*Ở đây được/không được hút thuốc.*
Is this seat taken?	*Chỗ này có ai ngồi không?*
Could we sit here/there?	*Chúng tôi ngồi đây/đằng kia được không?*

Can we sit by the window?	*Chúng tôi ngồi bên cửa sổ được không?*
Are there any tables outside?	*Có bàn bên ngoài không?*
Do you have another chair for us?	*Cho chúng tôi thêm một cái ghế được không?*
Do you have a high chair?	*Có ghế cao cho em nhỏ ngồi không?*
Is there a socket for this bottle-warmer?	*Có chỗ cắm điện bình giữ nóng này không?*
Could you warm up this bottle/jar for me?	*Xin hâm nóng chai này/hũ này giùm tôi.*
Not too hot, please.	*Xin đừng làm nóng quá.*
Is there somewhere I can change the baby's diaper?	*Có chỗ nào cho tôi thay tã em bé không?*
Where are the restrooms?	*Phòng vệ sinh ở đâu?*

4.2 Ordering

Key Vocabulary

less salt **bớt muối**	sugar-free **không bỏ đường**	buffet **ăn tự chọn**
less oil **bớt dầu**	menu **thực đơn**	vegetarian **món chay**
less sugar **bớt đường**	chef's recommendation **món đặc biệt do đầu bếp chọn**	specialty of the day **đặc sản trong ngày**
salt-free **không bỏ muối**		
spicy **cay**	vegan **món vegan**	

Waiter/Waitress!	*Anh ơi!* (m.)/*Cô* (f.) *ơi!*
Madam!	*Thưa bà!*
Sir!	*Thưa ông!*
We'd like something to eat/drink.	*Cho chúng tôi món gì ăn/uống đi.*
Could I have a quick meal?	*Cho tôi ăn món gì nhanh nhanh.*
We don't have much time.	*Chúng tôi không có nhiều thì giờ.*
We'd like to have a drink first.	*Chúng tôi muốn có cái gì uống trước.*
Could we see the menu/wine list, please?	*Xin cho chúng tôi xem thực đơn/bản ghi các món rượu.*
Do you have a menu in English?	*Tiệm ăn có thực đơn bằng tiếng Anh không?*
Can you show me the live seafood tank?	*Tôi muốn xem bể nuôi hải sản tươi sống?*
Do you have a dish of the day/a tourist menu?	*Tiệm ăn có món ăn đặc biệt trong ngày/thực đơn dành cho du khách không?*
Do you have a vegetarian menu/dish?	*Tiệm nhà có món/thực đơn ăn chay không?*
We haven't made a choice yet.	*Chúng tôi chưa chọn xong.*
What do you recommend?	*Anh* (m.)/*Cô* (f.) *đề nghị món gì?*
What are the local/your specialties?	*Vùng này/Nhà hàng có món gì đặc biệt?*
I don't like meat/fish.	*Tôi không thích ăn thịt/cá.*
What's this?	*Món này là món gì?*
Does it have...in it?	*Trong món này, có...không?*
Is it stuffed with...?	*Có phải nó được nhồi với... không?*
What does it taste like?	*Vị của nó như thế nào?*

Is this a hot or cold dish?	*Món này là món nóng hay món lạnh?*
Is this sweet/hot/spicy?	*Món này có ngọt/cay/nhiều gia vị không?*
Do you have anything else, by any chance?	*Ông* (m.)/*Bà* (f.) *có món gì khác nữa không?*
I'm on a salt-free diet.	*Tôi kiêng ăn muối.*
I can't eat pork.	*Tôi không ăn thịt heo được.*
I can't have sugar.	*Tôi không ăn đường được.*
I'm on a fat-free diet.	*Tôi kiêng ăn dầu mỡ.*
I can't have spicy food.	*Tôi không ăn thức ăn cay được.*
No MSG in….., please.	*Xin đừng bỏ mì chính vào…*

Ông (m.)/*Bà* (f.) *thích ăn gì?*	What would you like?
Ông (m.)/*Bà* (f.) *đã chọn xong chưa?*	Have you decided?
Ông (m.)/*Bà* (f.) *muốn uống món gì trước không?*	Would you like a drink first?
Ông (m.)/*Bà* (f.) *thích uống gì?*	What would you like to drink?
Chúng tôi hết…rồi.	We've run out of…
Chúc ông (m.)/*bà* (f.) *ăn ngon.*	Enjoy your meal./Bon appetit.
Mọi thứ đều ổn cả chứ?	Is everything all right?
Cho phép tôi dọn bàn.	May I clear the table?

We'll have what those people are having.	*Chúng tôi muốn ăn những món những người kia đang ăn.*
I'd like...	*Cho tôi...*
Could I have some more bread, please?	*Xin cho tôi thêm bánh mì.*
Could I have another bottle of water/wine, please?	*Cho tôi thêm một chai nước/ rượu.*

Could I have another portion of..., please?	*Cho tôi thêm một phần...nữa.*
Could I have the salt and pepper, please?	*Cho tôi xin muối và tiêu.*
Could I have a napkin, please?	*Cho tôi xin một khăn ăn.*
Could I have a teaspoon, please?	*Cho tôi một cái muỗng cà phê.*
Could I have an ashtray, please?	*Cho tôi xin cái gạt tàn.*
Could I have some matches, please?	*Cho tôi xin lửa.*
Could I have some toothpicks, please?	*Cho tôi xin tăm xỉa răng.*
Could I have a glass of water, please?	*Cho tôi xin một ly nước.*
Enjoy your meal/Bon appetit!	*Chúc ông* (m.)/*bà* (f.) *ăn ngon!*
You too!	*Bà* (f.)/*Ông* (m.) *cũng vậy!*
Cheers!	*Xin mời!*
The next round's on me.	*Đợt tới để tôi tính tiền.*
Could we have a doggy bag, please?	*Cho tôi xin túi đựng thức ăn dư này về.*

4.3 The bill

See also 8.2 Settling the bill

How much is this dish?	*Món này bao nhiêu tiền?*
Could I have the bill, please?	*Làm ơn tính tiền cho tôi.*
All together.	*Tính chung.*
Everyone pays separately./ Let's go Dutch.	*Mọi người trả tiền riêng./Chia đều cho tất cả, ai cũng trả như nhau.*

Separate checks, please.	*Làm ơn tính tiền riêng cho từng người.*
It's on me/my treat this time.	*Lần này tôi mời/tôi bao.*
Could we have the menu again, please?	*Cho tôi mượn lại thực đơn.*
The ... is not on the bill.	*Món…không thấy ghi trong giấy tính tiền.*

4.4 Complaints

It's taking a very long time.	*Lâu quá.*
We've been here an hour already.	*Chúng tôi ở đây một giờ rồi.*
This must be a mistake.	*Đây chắc là chuyện lầm lẫn.*
This is not what I ordered.	*Món này không phải món tôi gọi.*
I ordered...	*Tôi đã gọi…*
There's a dish missing.	*Thiếu một món.*
This is broken/not clean.	*Cái này bị bể/không được sạch.*
The food's cold.	*Thức ăn nguội quá.*
The food's not fresh.	*Thức ăn không tươi.*
The food's too salty/sweet/spicy.	*Thức ăn quá ngọt/mặn/cay.*
The meat's too rare.	*Thịt quá sống.*
The meat's overdone.	*Thịt nấu quá chín.*
The meat's tough.	*Thịt quá dai.*
The meat is off/has gone bad.	*Thịt này hư rồi.*
Could I have something else instead of this?	*Thay vì món này, cho tôi món khác được không?*
The bill/this amount is not right.	*Hoá đơn/số tiền này không đúng.*

We didn't have this.	*Chúng tôi đâu có ăn món này.*
There's no toilet paper in the restroom.	*Phòng vệ sinh hết giấy rồi.*
Will you call the manager, please?	*Xin gọi người quản lý giùm.*

4.5 Paying a compliment

That was a wonderful meal.	*Bữa ăn ngon quá.*
The food was excellent.	*Thức ăn ngon quá.*
The...in particular was delicious.	*Đặc biệt món...rất ngon.*

4.6 The menu

bánh mì
bread

bánh ngọt/thức ăn tráng miệng
cakes/desserts

cá
fish

gà
chicken

kem
ice cream

món ăn chơi
snacks

món khai vị
starter/hors d'oeuvres

món đầu tiên
first course

món đặc biệt
specialties

món phụ
side dishes

phó mát/phô mai
cheese

rau
vegetables

rượu mùi
liqueur (after dinner)

thịt
meat

thịt rừng
game

tiền phục vụ (tính chung)
service charge (included)

trái cây
fruit

món chính
main course

rau rộn/gỏi
salad

xúp
soup

Drinks	_Thức uống_
alcohol	_rượu_
beer	_bia_
black coffee	_cà phê đen_
champagne	_rượu sâm banh_
coconut milk	_nước dừa_
cocktail	_cốc-tai_
coffee	_cà phê_
condensed milk	_sữa đặc_
gin	_rượu trắng_
ice	_nước đá_
lemonade	_nước chanh_
mineral water	_nước suối_
orange juice	_nước cam_
soft drink	_nước ngọt_
tea	_trà_
white coffee	_cà phê sữa_

Dishes	_Món ăn_
abalone	_bào ngư_
bean sauce	_nước sốt đậu_
beef	_thịt bò_
bread	_bánh mì_
butter	_bơ_
cheese	_phó mát, phô mai_

Eating Out

4

chicken	*thịt gà*
chili	*ớt*
chili sauce	*tương ớt*
crab	*cua*
duck	*thịt vịt*
(to) debone	*rút xương*
deboned chicken	*gà rút xương*
deboned duck	*vịt rút xương*
eel	*lươn*
egg	*trứng*
fish	*cá*
fish sauce	*nước mắm*
fried fish	*cá chiên*
frog	*ếch*
garlic	*tỏi*
ginger	*gừng*
goose	*ngỗng*
grilled fish	*cá nướng*
lobster	*tôm hùm*
meat	*thịt*
MSG	*bột ngọt/mì chính*
noodle	*bún, mì, bánh phở*
noodle soup (Vietnamese style)	*phở*
onion	*hành*
oyster	*sò*
pepper	*tiêu*

pigeon	*bồ câu*
pork	*thịt heo*
quail	*chim cút*
rice (uncooked)	*gạo*
rice (cooked)	*cơm*
roast chicken	*gà quay*
roast pigeon	*bồ câu quay*
roast pork	*heo quay*
salt	*muối*
shrimp	*tôm*
soup	*xúp, cháo*
soy sauce	*nước tương*
squid	*mực*
steamed fish	*cá hập*
steamed rice	*cơm*
sugar	*đường*
turkey	*gà tây*
vegetables	*rau*
vegetable soup	*canh*
Vietnamese style noodle soup with beef/chicken	*phở bò/gà*
wheat	*lúa mì*
wheat flour	*bột mì*
yogurt	*sữa chua, da-ua (yaourt)*

5. Getting Around

Asking directions

Key Vocabulary

here, over here *ở đây/ở đằng này*	to the...of *ở (phía)...của*	against *ngược/đối lại*
there, over there *ở chỗ kia/ở đằng kia*	straight ahead *đi thẳng*	opposite/facing *đối diện*
everywhere *ở khắp nơi*	via *qua, ngang qua*	next to *kế bên*
far away/nearby *xa/gần*	in/to *vào trong/vào*	near *gần*
(to/on the) right/ (to/on the) left *(ở bên) phải/* *(ở bên) trái*	on *trên*	in front of *ở trước mặt*
forward *về phía trước*	under *dưới*	in the center *ở giữa/ở trung tâm*
down *xuống*	behind *đằng sau*	to the south *ở miền nam*
up *lên*	at the front *ở phía trước*	from the west *từ phía tây*

inside	at the back/in line	from the east
bên trong	**ở phía sau/ở trong hàng**	**từ phía đông**
outside	in the north	
bên ngoài	**ở miền bắc**	

Excuse me, could I ask you something?	*Xin lỗi, cho tôi hỏi thăm chút.*
I've lost my way.	*Tôi bị lạc đường.*
Is there a...around here?	*Ở gần đây, có...không?*
Is this the way to...?	*Có phải đường này đi...không?*
Could you tell me how to get to...?	*Xin chỉ giùm tôi cách đi đến...*
What's the quickest way to...?	*Đường nào đi nhanh nhất đến...?*
How many kilometers is it to...?	*Từ đây đi...bao nhiêu cây số?*
Could you point it out on the map?	*Xin chỉ giùm trên bản đồ này.*
Where is the nearest	*... gần nhất ở đâu?*
– bus stop?	*– bến xe buýt*
– phone booth?	*– quầy gọi điện thoại*
– car rental shop?	*– chỗ thuê xe ô-tô*

Tôi không biết, tôi không biết đường trong vùng này.	I don't know, I don't know my way around here.
Ông (m.)/*Bà* (f.) *đi lộn đường rồi.*	You're going the wrong way.
Ông (m.)/*Bà* (f.) *phải quay lại...*	You have to go back to...
Từ đó cứ đi theo bảng chỉ đường.	From there on just follow the signs.
Khi đến đó, hỏi đường lần nữa.	When you get there, ask again.

Key Vocabulary

signs pointing to...
bảng chỉ về...

bridge
cầu

at the corner
ở góc đường

"yield" sign
bảng nhường đường

follow
đi theo

turn right
quẹo/rẽ phải

traffic light
đèn giao thông

road/street
đường/phố

turn left
quẹo/rẽ trái

straight ahead
thẳng về phía trước

tunnel
đường hầm

river
sông

intersection/crossroads
ngã tư/giao lộ

arrow
mũi tên

building
tòa nhà

cross
băng ngang

overpass
cầu vượt

5.2 Traffic signs

***bãi đậu xe tính tiền/
chỗ đậu xa dành
riêng cho...***
paying carpark/
parking reserved for

***bật đèn pha lên
(trong đường hầm)***
turn on headlights
(in the tunnel)

***bùng binh/lối đi dành
cho người đi bộ***
traffic island/
pedestrian walk

***khu vực xe bị kéo đi
(cả hai bên đường)***
tow-away area (both
sides of the road)

đậu xe có thời hạn
parking for a
limited period

đi bên phải/trái
keep right/left

đổi làn đường
change lanes

cấm choán đường
do not obstruct

đường bị chận
road blocked

đường bị bít
road closed

***đường đang sửa
chữa***
road works

***cấm người xin quá
giang***
no hitchhiking

khúc quẹo cấm vào
impassable shoulder

lệ phí cầu đường
toll payment

lối đi khẩn cấp
emergency lane

lối ra
exit

***mưa khoảng...
cây số***
rain for...kms

cấm vào/cấm người đi bộ
no access (entry)/
no pedestrian access

chạy chậm lại
slow down

chỗ đường xe lửa băng qua
grade crossing

coi chừng, đá rơi
beware, falling rocks

đường ngoằn nghoèo
curves

hỗ trợ bên đường (dịch vụ giúp xe bị hư)
road assistance (breakdown service)

đường ghồ ghề
broken/uneven surface

nhà xe có người trông coi/chỗ đậu xe
supervised garage/
parking lot

đường hầm
tunnel

đường hẹp
narrowing in the road

đường một chiều
one way

giao lộ/ngã tư
intersection/
crossroads

không được quẹo phải/trái
no right/left turn

cấm vượt qua/ cấm đậu xe
no passing/
no parking

chiều cao tối đa...
maximum headroom...

lối xe ra vào
driveway

ngừng
stop

nhà xe có người trông coi/chỗ đậu xe
supervised garage/
parking lot

nguy hiểm
danger(ous)

quẹo vòng
detour

tốc độ tối đa
maximum speed

trạm xăng
service station

xe tải nặng
heavy truck

coi chừng
beware

5.3 The car

See the diagram on page 67

Speed limits are generally 40 km/h for cars, but 60 km/h on all main, non-urban highways. Drivers regularly use the horn to warn other vehicles or motorcycles on roads. Give way to vehicles coming from the right unless otherwise indicated. Generally, turning right when the red light is on, is not allowed unless indicated by the traffic sign or light.

5.4 The gas/petrol station

The cost of petrol in Vietnam is relatively low, around VND19,000 per liter, or US$3.20 per gallon. In an effort to better control air pollution, lead petrol has been banned from traffic use. Self-service gas stations are rare. Most gas stations in Vietnam are serviced, so drivers should wait for the staff to operate the pump and collect payment.

How many kilometers to the next petrol station, please?	**Còn bao nhiêu cây số nữa thì có trạm xăng.**
I would like...liters of...	**Cho tôi...lít...**
– super	**– xăng super**
– leaded	**– xăng có chì**
– unleaded	**– xăng không chì**
– diesel	**– dầu mazut – diesel**
...worth of gas	**...đồng tiền xăng**
Fill her up, please.	**Xin đổ đầy bình.**
Could you check...?	**Xin kiểm tra...**
– the oil level	**– mức dầu**
– the tire pressure	**– hơi bánh xe**
Could you change the oil, please?	**Xin thay nhớt giùm.**
Could you clean the windshield, please?	**Xin lau kính chắn gió giùm.**
Could you wash the car, please?	**Xin rửa xe giùm.**

The parts of a car

(the diagram shows the numbered parts)

1	battery	*bình điện*
2	rear light	*đèn hậu*
3	rear-view mirror backup light	*kính chiếu hậu* *đèn lùi*
4	aerial car radio	*ăng ten* *radio xe*
5	gas tank	*bình xăng*
6	spark plugs fuel pump	*bu gi* *đồ bơm xăng*
7	side mirror	*gương/kính bên hông xe*
8	bumper carburettor crank case cylinder ignition warning light generator accelerator handbrake valve	*ba-đờ-sốc* *bình xăng con* *hộp ma-ni-ven* *xi lanh* *chỗ khởi động/công tắc đề máy* *đèn báo hiệu* *đinamô* *chân ga* *thắng tay* *van*
9	muffler	*ống giảm thanh*
10	trunk	*cốp xe*
11	headlight crank shaft	*đèn trước của xe* *cần quay ma-ni-ven*
12	air filter fog lamp	*bộ phận lọc gió* *đèn chống sương mù*
13	engine block camshaft oil filter/pump dipstick pedal	*máy xe* *cốt cam* *đồ lọc dầu/ bơm dầu* *cây thăm độ dầu* *bàn đạp*
14	door	*cửa*
15	radiator	*két nước giải nhiệt*
16	brake disc spare wheel	*đĩa thắng* *bánh xe dự phòng/xơ cua*
17	indicator	*đồng hồ báo hiệu*
18	windshield wiper	*cần gạt nước*

19	shock absorbers	*giàn nhún*
	sunroof	*mái thông sáng*
	spoiler	*đuôi xe*
20	steering column	*trục cầm lái*
	steering wheel	*tay lái*
21	exhaust pipe	*ống bô/ống xả khói*
22	seat belt	*dây đai an toàn*
	fan	*quạt*
23	distributor cables	*cáp bu gi*
24	gear shift	*cần sang số*
25	windshield	*kính chắn gió*
	water pump	*bơm nước*
26	wheel	*bánh xe*
27	hubcap	*nắp đậy/chụp mâm bánh xe*
	piston	*pít tông*

5.5 Breakdowns and repairs

I've broken down, could you give me a hand?	*Xe tôi bị hư, xin giúp giùm tôi.*
I've run out of petrol.	*Tôi bị hết xăng.*
I've locked the keys in the car.	*Tôi để quên chìa khóa trong xe.*
The car/motorbike/moped won't start.	*Xe hơi/xe gắn máy không đề được.*
Could you contact the breakdown service for me, please?	*Xin liên lạc trạm giúp đỡ xe bị hư giùm tôi.*
I've got a flat tire.	*Xe tôi bị xịt lốp.*
Could you call a garage for me, please?	*Xin gọi một tiệm sửa xe giùm tôi.*
Could you give me a lift to...	*Xin cho tôi quá giang đến...*
– the nearest garage?	*– tiệm sửa xe gần nhất.*
– the nearest town?	*– thị trấn gần nhất.*
– the nearest telephone booth?	*– trạm điện thoại gần nhất.*
– the nearest emergency phone?	*– trạm điện thoại khẩn cấp gần nhất.*
Can we take my moped?	*Chúng ta dùng xe gắn máy của tôi được không.*
Could you tow me to a garage?	*Xin kéo giùm xe tôi đến tiệm sửa xe.*
There's probably wrong with... (See pages 66–67)	*Có lẽ...bị trục trặc.*
Can you fix it?	*Ông* (m.) *sửa được không?*

Could you fix my tire?	*Ông* (m.) *sửa vỏ/lốp xe giùm tôi?*
Could you change this wheel?	*Xin thay bánh xe này.*
Can you fix it so it'll get me to...?	*Ông* (m.) *có thể sửa để tôi chạy tạm đến... được không?*
Which garage can help me?	*Tiệm sửa xe nào giúp tôi được?*
When will my car/bicycle be ready?	*Khi nào xe của tôi/xe đạp của tôi sửa xong?*
Have you already finished?	*Anh* (f.) *đã làm xong chưa?*
Can I wait for it here?	*Tôi ở đây đợi lấy xe được không?*
How much will it cost?	*Sửa thế hết bao nhiêu tiền?*
Could you itemize the bill?	*Xin ghi rõ từng món trong hóa đơn.*
Could you give me a receipt for insurance purposes?	*Xin cho tôi giấy biên nhận để khai bảo hiểm.*

5.6 Bicycles/mopeds

See the diagram on page 70

Bicycles can be hired in most Vietnamese towns. However, bicycle paths are rare in Vietnam.

| *Tôi không có đồ phụ tùng cho xe/xe đạp của ông/bà.* | I don't have parts for your car/ bicycle. |
| *Tôi phải mua phụ tùng từ nơi khác.* | I have to get the parts from somewhere else. |

The parts of a bicycle

(The diagram shows the numbered parts)

1	rear light	*đèn đuôi*
2	rear wheel	*bánh sau*
3	(luggage) carrier	*cái ba ga/đèo hàng*
4	fork	*cổ xe/cổn phuốc*
5	bell inner tube tire	*chuông* *ruột bánh xe* *vỏ xe*
6	pedal crank	*giò đạp*
7	gear change wire generator frame	*bộ sang số* *dây cáp* *bình điện* *sườn xe*

8	wheel guard	*gác-đờ-bu*
9	chain chain guard odometer child's seat	*dây xích* *chắn xích* *đồng hồ tốc độ* *chỗ ngồi trẻ em*
10	headlight bulb	*đèn trước* *bóng đèn*
11	pedal	*bàn đạp*
12	pump	*ống bơm*
13	reflector	*kính phản quang*
14	brake shoe	*má phanh/càng thắng*
15	brake cable	*dây thắng*
16	anti-theft device	*khoá xe*
17	carrier straps tachometer	*dây cột đồ* *máy đo tốc độ*
18	spoke	*căm xe/nan hoa*
19	mudguard	*chắn bùn/vè*
20	handlebar	*tay lái*
21	chain wheel toe clip	*dĩa xích* *gác chân*
22	axle drum brake	*trục* *thắng mâm*
23	rim	*niềng xe/vành xe*
24	valve	*van*
25	gear cable	*dây sang số*
26	fork	*càng xe/phuộc trước*
27	front wheel	*bánh trước*
28	seat	*yên xe*

Tôi đã đặt mua đồ phụ tùng.	I have to order the parts.
Phải mất nửa ngày.	That'll take half a day.
Phải mất một ngày.	That'll take a day.
Phải mất vài ngày.	That'll take a few days.
Phải mất một tuần.	That'll take a week.
Xe của ông hư luôn rồi.	Your car is a write-off.
Nó không thể sửa được nữa.	It can't be repaired.
Xe hơi/xe gắn máy/xe đạp sẽ xong lúc...giờ.	The car/motorcycle/moped/ bicycle will be ready at...o'clock.

5.7 Renting a vehicle

I'd like to rent a...	*Tôi muốn thuê một...*
Do I need a (special) license for that?	*Tôi có cần bằng lái (đặc biệt) gì không?*
I'd like to rent the...for...	*Tôi muốn thuê...trong...*
...a day.	*...một ngày.*
...two days.	*...hai ngày.*
How much is that per day/week?	*Tiền thuê bao nhiêu một ngày/tuần?*
How much is the deposit?	*Tiền đặt cọc bao nhiêu?*
Could I have a receipt for the deposit?	*Cho tôi giấy biên nhận tiền đặt cọc.*
How much is the surcharge per kilometer?	*Mỗi cây số tính phụ phí bao nhiêu tiền?*
Does that include insurance?	*Giá đó có tính luôn bảo hiểm không?*

Does that include gas?	*Giá đó có tính luôn tiền xăng không?*
Do you have helmets for rent? How much is the rate?	*Có mũ bảo hiểm cho thuê không? Giá thuê bao nhiêu?*
What time can I pick the...up?	*Mấy giờ tôi có thể lấy...được?*
When does the...have to be back?	*Khi nào phải trả...?*
Where's the gas tank?	*Bình xăng ở đâu?*
What sort of fuel does it take?	*Xe này dùng nhiên liệu gì?*

Local motor taxi — *xe ôm*

A local motor taxi—**xe ôm**—is popular in most urban cities and could be a fun, convenient and economical way to get around town or to travel short distances under 48 km (30 miles). Safety can be a concern, though. Ask around for "references" when sourcing for a safe **xe ôm** driver, and make sure to use a helmet when riding—most of the **xe ôm** drivers carry extra helmets for their passengers. Also check out Grab—the Vietnamese version for both motor and car ride services similar to Uber or Lyft.

Please slow down, I am scared.	*Làm ơn chạy chậm lại, tôi sợ.*
Do you have a helmet for me?	*Anh* (f.) *có mũ bảo hiểm cho tôi không?*
This helmet is too big/small for me.	*Mũ này rộng/chật quá.*
Please find another one to fit me.	*Làm ơn kiếm cái khác vừa cho tôi.*

5.8 Hitchhiking

Where are you heading?	*Ông* (m.)/*Bà* (f.) *đi về đâu?*
Can you give me a lift?	*Cho tôi quá giang được không.*

Can my friend come too?	*Cho bạn tôi đi cùng được không.*
I'd like to go to...	*Tôi muốn đi...*
Is that on the way to...?	*Có phải xe trên đường đi... không?*
Could you drop me off...?	*Xin cho tôi xuống tại...*
Could you drop me off here?	*Xin cho tôi xuống đây.*
– at the entrance to the highway	*– ở chỗ vào xa lộ*
– in the center	*– ở trung tâm*
– at the next intersection	*– ở giao lộ sắp tới*
Could you stop here, please?	*Xin ngừng ở đây.*
I'd like to get out here.	*Tôi muốn xuống ở đây.*
Thanks for the lift.	*Cảm ơn đã cho tôi quá giang.*

5.9 Car-sharing rides

Key Vocabulary

Grab	Uber	telephone numbers
Grab	*Uber*	*số điện thoại*
fare	safety	trusted companies
cước phí	*an toàn*	*hãng tin cậy*
third party insurance	maximum number of passengers per car	
bảo hiểm trách nhiệm với bên thứ ba	*số hành khách tối đa trên xe*	

How do I use Grab/Uber?	*Tôi dùng Grab/Uber thế nào?*
Do I need to download the App?	*Tôi có cần tải ứng dụng App về máy không?*

How does the driver charge my ride?	**Tài xế tính tiền chuyến xe thế nào?**
Which is more	**Hãng nào…hơn?**
– popular?	**– phổ biến**
– safer?	**– an toàn**
– trusted?	**– tin cậy**
Do you have any driver to recommend me?	**Có thể giới thiệu cho tôi tài xế quen được không?**

5

6. Traveling in Vietnam

To get around in big cities such as Hanoi or Ho Chi Minh City—where traffic is notoriously heavy and tricky, Grab rides or taxis are the best choices for the newly arrived, while more experienced visitors might explore using a Grab bike or motorbike taxi (*xe ôm*) and even rickshaw. The in-city bus network is rather complicated and information in English is often not enough or available, so be sure to check with the hotel or tour guide before you want to explore.

For medium- to long-distance travel, a rental car with a driver is most convenient—any hotel or travel agency will gladly arrange such rides at a visitor's request. Tour buses organized by tour companies regularly run between popular tourist destinations is the cheaper option and is worth checking out. Privately operated high-end bus/limousine coaches are available for some routes. Train rides to some remote areas are also a popular choice, with seating options from hard seats to air-conditioned berths, but riders should be careful with one's belongings on the train.

Modes of transport

The two main international **airports** in Vietnam are Noi Bai Airport in Hanoi and Tan Son Nhat Airport in Ho Chi Minh City, but other international airports in Da Nang, Hue, Cam Ranh, Phu Quoc and Vinh are getting more and more popular. If your first destination is closer to one of the latter, do choose to arrive there instead of Noi Bai or Tan Son Nhat—you can get through immigration faster at smaller airports and thus avoid the heavy traffic in Hanoi and Ho Chi Minh City. Domestic airports are less crowded and the ground service is faster.

On arrival at a Vietnamese airport, you will find the following signs:

các chuyến bay quốc nội domestic flights	*quầy thủ tục* check-in	*ga đi* arrivals
quốc tế international	*an ninh sân bay* airport security	*ga đến* departures
xuất nhập cảnh immigration	*băng chuyền hành lý* luggage claims belt	*hải quan* customs
phòng chờ quá cảnh transit lounge	*hàng miễn thuế* duty-free shopping	*nhà hàng* restaurant

Traveling by train in Vietnam is both simple and cheap. There are several types of trains: the regional stops at all stations and is slow; the express stops at major stations only. The United Train (*Tàu Thống Nhất*) is an express service between Hanoi, Hue, Nha Trang and Ho Chi Minh City. Tickets must be checked at the entrance to platforms. E-tickets could be reserved/bought online at: vetau24h.com.

There are plenty of taxis in Vietnamese cities, and they are quite cheap. They can be found at taxi stands, especially at train and bus stations, or you can phone the radio-taxi numbers from a stand or any telephone. Rates are shown on the meter. An alternative to taxi is Grab car, a ride-share mode similar to Uber or Lyft.

trống for hire	*đã có người* occupied	*bến tắc xi* taxi stand

6

English	Vietnamese
Taxi!	*Tắc xi!*
Could you get me a taxi, please?	*Xin gọi tắc xi giùm tôi.*
Where can I find a taxi around here?	*Ở đây tôi có thể kiếm tắc xi ở đâu?*
Could you take me to..., please?	*Xin đưa tôi đến...*
Could you take me to this address, please.	*Xin đưa tôi đến địa chỉ này.*
– to the...hotel	*– đến khách sạn...*
– to the town/city center	*– đến trung tâm thành phố*
– to the station	*– đến ga xe lửa*
– to the airport	*– đến phi trường/sân bay*
How much is the trip to...?	*Đi đến...bao nhiêu tiền?*
I want to get a Grab ride.	*Tôi muốn gọi xe Grab.*
Can I pay in USD?	*Tôi trả bằng tiền đô được không?*
Can you help me with my luggage?	*Làm ơn xếp hành lý giúp tôi?*
How far is it to...?	*Từ đây đi...bao xa?*
Could you turn on the meter, please?	*Xin bật đồng hồ lên.*
I'm in a hurry.	*Tôi đang vội.*
Could you speed up/ slow down a little?	*Xin anh* (f.)/*ông* (m.) *lái nhanh lên/chậm lại một chút.*
Could you take a different route?	*Có đi theo lối khác được không?*
I'd like to get out here, please.	*Tôi muốn xuống xe ở đây.*

Go…	*Đi...*
You have to go...here.	*Ở đây, ông* (m.)/*bà* (f.) *phải đi...*
Go straight ahead.	*Đi thẳng về phía trước.*
Turn left.	*Quẹo/rẽ trái.*
Turn right.	*Quẹo/rẽ phải.*
This is it./We're here.	*Đến rồi.*
Could you wait a minute for me, please?	*Xin đợi tôi một lát được không.*

6.2 Immigration and customs

By law you must always carry with you an identification document and, if driving, your driving license. If visitors plan to stay overnight at any place, they might be required to present identification documents to the host to report to the local police station.

Import and export specifications:

Foreign currency	limited at US$5,000
Alcohol	1 liter spirits or liquor, 2 liters wine or fortified wine
Tobacco	200 cigarettes, 50 cigars, 250g tobacco

Xin trình hộ chiếu.	Your passport, please.
Thẻ xanh đâu.	Your green card, please.
Giấy tờ xe.	Your vehicle documents, please.
Thị thực	Your visa, please.
Ông (m.)/*Bà* (f.) *đi đâu?*	Where are you going?

Ông (m.)/**Bà** (f.) *tính ở lại đây bao lâu?*	How long are you planning to stay?
Ông (m.)/**Bà** (f.) *có thứ gì cần khai báo không?*	Do you have anything to declare?
Xin mở cái này ra.	Open this, please.

My children are entered on this passport.	*Các con của tôi có tên trong hộ chiếu này.*
I'm traveling through…	*Tôi đi du lịch qua…*
I'm going on vacation to…	*Tôi đi nghỉ mát ở…*
I'm on a business trip.	*Tôi đi công tác.*
I don't know how long I'll be staying.	*Tôi không biết tôi sẽ ở lại bao lâu.*
I'll be staying here for a weekend.	*Tôi sẽ ở lại đây cuối tuần.*
I'll be staying here for a few days.	*Tôi sẽ ở lại đây vài ngày.*
I'll be staying here a week.	*Tôi sẽ ở lại đây một tuần.*
I'll be staying here for two weeks.	*Tôi sẽ ở lại đây hai tuần.*
I've got nothing to declare.	*Tôi không có gì khai báo.*
I have…	*Tôi có…*
– a carton of cigarettes	*– một cây thuốc lá*
– a bottle of…	*– một chai…*
– some souvenirs	*– một vài món quà lưu niệm*
These are personal items.	*Những món này là vật dụng cá nhân.*
These are not new.	*Những thứ này không mới.*

Here's the receipt.	Đây là biên nhận.
This is for private use.	Món này là đồ dùng cá nhân.
How much import duty do I have to pay?	Tôi phải trả thuế nhập khẩu bao nhiêu?
May I go now?	Bây giờ tôi đi được chưa?

6.3 Luggage

Key Vocabulary

luggage size	hand carrier	security check
kích thước hành lý	**hành lý xách tay**	**kiểm tra an ninh**
cabin luggage	luggage locker	broken lock
hành lý trên khoang	**tủ gửi hành lý**	**khóa hỏng**

Porter!	Anh ơi!
Could you take this luggage to...?	Anh đưa hành lý đến...giùm?
How much do I owe you?	Tôi phải trả anh bao nhiêu?
Where can I find a cart?	Tôi tìm xe đẩy ở đâu?
Could you store this luggage for me?	Xin cất hành lý này vào kho giùm tôi.
Where are the luggage lockers?	Tủ khóa đựng hành lý ở đâu?
I can't get the locker open.	Tôi không mở tủ hành lý được.
How much is it per item per day?	Mỗi món gửi mỗi ngày bao nhiêu tiền?
This is not my bag/suitcase.	Đây không phải là túi xách/va li của tôi.
There's one item/bag/suitcase missing.	Có một món đồ/túi xách/va li bị mất.
My suitcase is damaged.	Va li của tôi bị làm hư.

Traveling in Vietnam

6

6.4 Buying a ticket

Bus tickets are purchased as you get on the bus.

Xe lửa [chuyến...giờ] đi... bị trễ (khoảng)...phút.	The [time] train to...has been delayed by (about)... minutes.
Xe lửa đi...đang đến ke số...	The train to...is now arriving at platform...
Xe lửa đến từ...đang đến ke ga...	The train from...is now arriving at platform...
Xe lửa đi...sẽ khởi hành từ ke ga...	The train to...will leave from platform...
Hôm nay xe lửa đi (...giờ) đi...sẽ rời ke ga...	Today the [time] train to... will leave from platform...
Ga kế tiếp là...	The next station is...

Where does this train go to?	*Xe lửa này đi đâu?*
Does this boat go to...?	*Tàu này có đi...không?*
Can I take this bus to...?	*Xe buýt này có đi... không?*
Does this train stop at...?	*Xe lửa này có ngừng ở... không?*
Is this seat taken/free/reserved?	*Chỗ này có ai ngồi/còn trống/dành riêng cho ai không?*
I've reserved...	*Tôi đã giữ chỗ...*
Could you tell me where I have to get off for...?	*Xin chỉ giùm, muốn đi...thì tôi xuống ở đâu.*
Could you let me know when we get to...?	*Xin cho tôi biết khi nào thì chúng ta đến...*

Traveling in Vietnam

6

Could you stop at the next stop, please?	*Xin ngừng ở trạm kế tiếp.*
Where are we?	*Chúng ta đang ở đâu?*
Do I have to get off here?	*Tôi có phải xuống ở đây không?*
Have we already passed...?	*Chúng ta qua...chưa?*
How long have I been asleep?	*Tôi ngủ bao lâu rồi vậy?*
How long does the train stop here?	*Xe lửa ngừng ở đây bao lâu?*
Can I come back on the same ticket?	*Tôi dùng vé này trở về được không?*
Can I change on this ticket?	*Tôi đổi tuyến đường bằng vé này được không?*
How long is this ticket valid for?	*Vé này có giá trị bao lâu?*
How much is the extra fare for the hi-speed train?	*Vé đi tàu tốc hành phải trả thêm bao nhiêu tiền?*
This is my e-ticket which I bought online.	*Đây là vé điện tử tôi đã mua qua mạng.*

Key Vocabulary

bus ticket **vé xe buýt**	one-way ticket **vé một chiều**	return ticket **vé khứ hồi**
limousine ticket **vé xe buýt cao cấp**	reserved seat **chỗ đặt trước**	tourist travel pass **vé du lịch trọn chuyến**
sleeping berth **giường tầng**	free seating **chỗ ngồi tự chọn**	discounted fare **cước giảm giá**
information desk **quầy thông tin**	first class **hạng nhất**	economy class **hạng thường**

Where can I...?	*Tôi có thể... ở đâu?*
– buy a ticket	*– mua vé*
Can I.... online?	*Tôi có thể...qua mạng được không?*
– reserve a seat	*– giữ chỗ*
– reserve a flight	*– đặt vé máy bay*
Could I have...for...please?	*Cho tôi... đi...*
A single to...	*Một vé đi...*
A return ticket, please.	*Một vé khứ hồi.*
I'd like to reserve a seat/ berth/cabin.	*Tôi muốn giữ trước một ghế/ghế nằm/phòng riêng.*
I'd like to reserve a top/ middle/bottom berth in the sleeping car.	*Tôi nắm giữ ghế nằm ở trên/ giữa/dưới trong toa giường nằm.*
– smoking/non-smoking	*– hút thuốc/không hút thuốc*
– by the window	*– bên cửa sổ*
– single/double	*– đơn/đôi*
– at the front/back	*– ở đằng trước/ở đằng sau*
There are...of us.	*Chúng tôi có...người.*
We have a car.	*Chúng tôi có xe hơi.*
We have a trailer.	*Chúng tôi có xe kéo.*
We have bicycles	*Chúng tôi có xe đạp.*
Do you have a...?	*Anh* (m.)*/Chị* (f.) *có...?*
– travel card for 10 trips	*– vé đi 10 chuyến không*
– weekly travel card	*– vé đi hằng tuần không*
– monthly season ticket	*– vé đi hằng tháng không*

Where's…?	…*ở đâu?*
Where's the information desk?	*Quầy hướng dẫn ở đâu?*

 Ticket types

Vé hạng nhất hay hạng nhì?	First or second class?
Vé hạng thường hay hạng cao cấp?	Premium economy or economy class?
Vé một chiều hay khứ hồi?	Single or return?
Chỗ hút thuốc hay không hút thuốc?	Smoking or non-smoking?
Chỗ ngồi bên cửa sổ?	Window seat?
Toa trước hay sau?	Front or back (of train)?
Ghế ngồi hay ghế nằm?	Seat or berth?
Trên, giữa hay dưới?	Top, middle or bottom?
Vé thường hay hạng nhất?	Economy or first class?
Phòng riêng hay chỗ ngồi?	Cabin or seat?
Đơn hay đôi?	Single or double?
Bao nhiêu người cùng đi?	How many are traveling?

 Destination

Anh (m.)/*Cô* (f.) *đi về đâu?*	Where are you traveling?
Khi nào anh (m.)/*cô* (f.) *đi?*	When are you leaving?
...của anh rời bến lúc...	Your...leaves at...
Anh (m.)/*Cô* (f.) *phải đổi.*	You have to change.
Anh (m.)/*Cô* (f.) *phải xuống xe tại...*	You have to get off at...

Anh (m.)/*Cô* (f.) *phải đi qua...*	You have to go via...
Chuyến đi khởi hành vào ngày...	The outward journey is on...
Chuyến khứ hồi khởi hành vào ngày...	The return journey is on...
Anh (m.)/*Cô* (f.) *phải lên xe lúc... giờ.*	You have to be on board by...(o'clock).

Inside the vehicle

Xin cho soát vé!	Tickets, please.
Xin cho xem giấy giữ chỗ.	Your reservation, please.
Xin cho xem hộ chiếu.	Your passport, please.
Anh (m.)/*Cô* (f.) *ngồi lộn chỗ rồi.*	You're in the wrong seat.
Anh (m.)/*Cô* (f.) *lộn rồi/anh/cô lầm rồi...*	You have made a mistake./ You are in the wrong...
Chỗ này đã có người đặt trước rồi.	This seat is reserved.
Anh (m.)/*Cô* (f.) *phải trả thêm tiền.*	You'll have to pay extra.
Chuyến...bị trễ...phút.	The...has been delayed by... minutes.

6.5 Getting travel information

Where can I find a schedule?	*Tôi có thể tìm lịch khởi hành ở đâu?*
Where's the...desk?	*Quầy...ở đâu?*
Do you have a city map with the bus/the subway routes on it?	*Anh* (m.)/*Chị* (f.) *có bản đồ thành phố với lộ trình xe buýt/xe điện ngầm không?*

Do you have a schedule?	**Anh** (m.)/**Chị** (f.) **có bản lịch đi/ về không?**
I'd like to confirm/cancel/ change my reservation for/ trip to...	**Tôi muốn xác nhận/hủy bỏ/thay đổi việc giữ chỗ/chuyến đi...**
Will I get my money back?	**Trả vé có lấy tiền lại được không?**
I'd like to go to...	**Tôi muốn đi...**
What is the quickest way to get there?	**Đi đến đó cách nào nhanh nhất?**
Can I break my journey with this ticket?	**Tôi có thể dùng vé này chia thành nhiều chặng được không?**
How much luggage am I allowed?	**Tôi được phép đem theo bao nhiêu hành lý?**
Is this a direct train?	**Xe lửa này chạy suốt phải không?**
Do I have to change?	**Tôi có phải đổi tuyến không?**
Does the plane stop anywhere?	**Máy bay này có ghé ở đâu không?**
Will there be any stopovers?	**Máy bay có ghé nơi nào không?**
Does the boat stop at any other ports on the way?	**Có phải tàu này ghé nhiều bến trên đường đi không?**
Does the train/bus stop at...?	**Xe lửa/xe buýt này có ngừng ở... không?**
Where do I get off?	**Tôi xuống bến nào?**
What time does the first/ next/last...leave?	**Mấy giờ chuyến...đầu tiên/kế tiếp, cuối cùng rời bến?**
How long does it take?	**Mất bao lâu?**

What time does...arrive in...?	*Mấy giờ...đến...?*
Where does the...to... leave from?	*...đi...rời bến ở đâu?*
Is this the train/bus to...?	*Đây có phải là xe lửa/xe buýt đi...không?*

7. Finding a Place to Stay

7.1 Accommodations in Vietnam
7.2 At the hotel
7.3 Complaints
7.4 Departure

7.1 Accommodations in Vietnam

There is a great variety of overnight accommodation in Vietnam and prices vary according to the season. Free camping is generally not permitted in Vietnam but other options are certainly available. Homestay on popular platforms such as airbnb.com has become more and more popular, so have the booking platforms such as agoda.com.

Anh (m.)/*Ông* (m.)/*Bà* (f.) *sẽ ở lại bao lâu?*	How long will you be staying?
Xin điền mẫu đơn này.	Fill out this form, please.
Cho tôi xem hộ chiếu của ông (m.)/*bà* (f.).	Could I see your passport?
Tôi cần ông (m.)/*bà* (f.) *đặt tiền cọc.*	I'll need a deposit.
Ông (m.)/*Bà* (f.) *phải trả tiền trước.*	You'll have to pay in advance.

My name is...	*Tên tôi là.../Tôi tên là...*
I've made a reservation.	*Tôi có giữ chỗ trước.*
How much is it per night/ week/month?	*Bao nhiêu tiền một đêm/tuần/ tháng?*

We'll be staying at least... nights/weeks.	*Chúng tôi sẽ ở lại ít nhất...đêm/ tuần.*
We don't know yet.	*Chúng tôi chưa biết.*
Do you allow pets (cats/dogs)?	*Ở đây có cho thú cảnh (chó/mèo) vào không?*
What time does the door open/close?	*Mấy giờ mở cửa/đóng cửa?*
Could you get me a taxi, please?	*Xin gọi tắc xi giùm tôi.*
Is there any mail for me?	*Có thư từ của tôi không?*

7.2 At the hotel

Do you have a single/ double room available?	*Anh* (m.)/*Chị* (f.) *có phòng đơn/ phòng đôi trống không?*
– per person/per room	*– mỗi người/mỗi phòng*
Does that include breakfast/lunch/dinner?	*Giá đó có tính luôn điểm tâm/ăn trưa/ăn tối không?*
Could we have two adjoining rooms?	*Cho chúng tôi hai phòng sát nhau được không?*
– with/without toilet/bath/ shower	*– có/không có phòng vệ sinh/ phòng tắm*
– facing the street	*– nhìn ra đường*
– at the back	*– ở phía sau*
– with/without sea view	*– nhìn/không nhìn ra biển*
Is there...in the hotel?	*Có...trong khách sạn này không?*
Is there an elevator in the hotel?	*Có thang máy trong khách sạn này không?*
Do you have room service?	*Có dịch vụ dọn phòng không?*
Could I see the room?	*Cho tôi xem phòng được không?*
I'll take this room.	*Tôi lấy phòng này.*

Phòng vệ sinh và phòng tắm ở cùng một tầng lầu/một phòng.	The toilet and shower are on the same floor/in the room.
Xin đi lối này.	This way, please.
Phòng của anh/cô ở tầng..., số...	Your room is on the... floor, number...

We don't like this one.	*Chúng tôi không thích phòng này.*
Do you have a larger/ less expensive room?	*Anh (m.)/Chị (f.) có phòng lớn hơn/rẻ hơn không?*
Could you put in a cot?	*Anh (m.)/Chị (f.) cho đặt một cái giường nôi được không?*
What time's breakfast?	*Ăn sáng lúc mấy giờ?*
Where's the dining room?	*Phòng ăn ở đâu?*
Can I have breakfast in my room?	*Tôi có thể ăn sáng trong phòng của tôi không?*
Where's the emergency exit/fire escape?	*Lối ra khẩn cấp/lối thoát hoả hoạn ở đâu?*
Where can I park my car safely?	*Để đậu xe cho an toàn, tôi có thể đậu ở đâu?*
The key to room..., please.	*Cho chìa khoá phòng...*
Could you put this in the safe, please?	*Xin anh (m.)/cô (f.) để cái này vào két sắt.*
Could you wake me at... tomorrow?	*Xin anh (m.)/cô (f.) đánh thức tôi dậy lúc...giờ ngày mai.*
Could you find a babysitter for me?	*Xin tìm giùm tôi người giữ trẻ.*
Could I have an extra blanket?	*Cho tôi thêm cái mền/chăn được không.*
What days do the cleaners come in?	*Những ngày nào người dọn phòng vào làm việc?*

| When are the sheets/towels/ dish towels changed? | *Khi nào thì thay khăn trải giường/khăn tắm/khăn ăn?* |

 Complaints

Our door key does not work in the elevator.	*Thang máy không đọc thẻ chìa khóa.*
Could you turn the radio down, please?	*Xin vặn radio nhỏ xuống.*
We're out of toilet paper.	*Chúng tôi hết giấy vệ sinh rồi.*
There aren't any.../there's not enough...	*Không có.../không có đủ...*
The bed linen's dirty.	*Khăn trải giường dơ quá.*
The room hasn't been cleaned.	*Phòng này chưa được lau dọn.*
The kitchen is not clean.	*Nhà bếp không sạch sẽ.*
The kitchen utensils are dirty.	*Đồ dùng nhà bếp dơ quá.*
The heating isn't working.	*Máy sưởi bị hư.*
There's no (hot) water/ electricity.	*Không có nước (nóng)/điện.*
...doesn't work/is broken.	*...bị hư.*
The bathroom smells terrible.	*Phòng tắm hôi quá.*
There is leaking in the washroom.	*Phòng vệ sinh bị chảy nước.*
The air-conditioning is too loud.	*Máy điều hòa kêu to quá.*
Could you have that seen to?	*Anh (m.)/Chị (f.) đã cho sửa cái đó chưa?*
Could I have another room/site?	*Cho tôi thêm một phòng/khu vực khác.*
The bed creaks terribly.	*Giường kêu ghê quá.*
The bed sags.	*Giường bị xệ.*

Could I have a board under the mattress?	*Đặt cho tôi một tấm gỗ dưới nệm được không?*
It's too noisy.	*Ồn quá.*
We can't sleep for the noise.	*Chúng tôi không ngủ được vì ồn quá.*
There are a lot of insects/bugs.	*Có nhiều sâu bọ/rệp.*
This place is full of mosquitos.	*Nơi này nhiều muỗi quá.*
– cockroaches	*– gián*

Departure

See also 8.2 Settling the bill

I'm leaving tomorrow.	*Ngày mai tôi rời đây.*
Could I pay my bill, please?	*Cho tôi trả tiền.*
What time should we check out?	*Mấy giờ phải trả phòng ạ?*
Could I have my deposit/ passport back, please?	*Cho tôi lấy lại tiền đặt cọc/ hộ chiếu.*
We're in a big hurry.	*Chúng tôi đang vội lắm.*
Could you forward my mail to this address?	*Xin gửi thư từ của tôi về địa chỉ này.*
Could we leave our luggage here until we leave?	*Chúng tôi để hành lý ở đây cho đến khi khởi hành được không?*
Thanks for your hospitality.	*Cảm ơn sự hiếu khách của các anh* (m.)/ *chị* (f.)*.*

8. Money Matters

8.1 Banks
8.2 Settling the bill

In general, banks are open Monday to Friday from 8:30 am to 11:30 am, and from 1:30 to 4:30 pm. Proof of identity is usually required to exchange currency at the bank.

8.1 Banks

Where can I find a bank/an exchange office around here?	*Ở đây ngân hàng/quầy đổi tiền ở đâu?*
Where can I cash this traveler's check/giro check?	*Tôi có thể đổi tấm séc du lịch này ở đâu?*
Can I cash this...here?	*Tôi rút tiền mặt bằng...ở đây được không?*
Can I withdraw money on my credit card here?	*Tôi rút tiền từ thẻ tín dụng của tôi ở đây được không?*
What's the minimum/ maximum amount?	*Số tiền tối thiểu/tối đa là bao nhiêu?*
Can I take out less than that?	*Tôi rút ra ít hơn số tiền đó được không?*
These are the details of my bank in the US.	*Đây là những chi tiết ngân hàng của tôi ở Mỹ.*
This is the number of my bank account.	*Đây là số trương mục ngân hàng của tôi.*
I'd like to change some money.	*Tôi muốn đổi một ít tiền.*
– pounds into...	*– bảng Anh thành...*
– dollars into...	*– đô la thành...*
What's the exchange rate?	*Tỷ giá bao nhiêu?*

Could you give me some small change with it?	*Xin cho tôi một ít tiền lẻ trong số tiền ấy.*
This is not right.	*Như thế không đúng.*
Where is the nearest ATM?	*Máy rút tiền ATM gần nhất ở đâu?*
Can I send/receive a wire transfer here?	*Tôi muốn nhận/gửi tiền bằng chuyển khoản ở đây được không?*
Please enter your PIN number.	*Xin bấm số PIN/mật khẩu của bạn.*

Xin ký tên ở đây.	Sign here, please.
Xin điền vào mẫu này.	Fill this out, please.
Cho tôi xem sổ hộ chiếu của anh (m.)/*chi* (f.).	Could I see your passport, please?
Cho tôi xem giấy chứng minh của anh (m.)/*chi* (f.).	Could I see your identity card, please?
Cho tôi xem thẻ sử dụng séc của anh (m.)/*chi* (f.).	Could I see your check card, please?
Cho tôi xem thẻ ngân hàng của anh (m.)/*chi* (f.).	Could I see your bank card, please?

8.2 Settling the bill

Key Vocabulary

currency	change	tips
tiền mặt	*đổi tiền*	*tiền boa*
amount in local currency	sales tax	total payment
tổng số tiền đồng	*tiền thuế tiêu thụ*	*tổng số tiền*
bill	e-payment	credit card
hóa đơn	*trả tiền điện tử*	*thẻ tín dụng*

Could you put it on my bill?	*Xin tính vào hoá đơn tên tôi.*
Is the tip included?	*Tiền phục vụ/típ đã tính luôn chưa?*
Can I pay by...?	*Tôi trả tiền bằng...được không?*
Can I pay by credit card?	*Tôi trả tiền bằng thẻ tín dụng được không?*
Can I pay by traveler's check?	*Tôi trả tiền bằng chi phiếu du lịch được không?*
Can I pay with foreign currency?	*Tôi trả bằng ngoại tệ được không?*
You've given me too much.	*Cô* (f.)*/Anh* (m.) *đã đưa cho tôi dư tiền.*
You haven't given me enough change.	*Cô* (f.)*/Anh* (m.) *không đưa cho tôi đủ tiền thối.*
Could I have a receipt, please?	*Xin cho tôi hóa đơn biên nhận.*
I don't have enough money on me.	*Tôi không mang đủ tiền.*
This is for you.	*Cái này của cô* (f.)*/anh* (m.)*.*
Keep the change.	*Xin giữ lại chỗ tiền lẻ.*
Is there a fee if I pay by credit card?	*Trả bằng thẻ tín dụng có mất phí không?*

Chúng tôi không nhận thanh toán bằng thẻ tín dụng/ ngoại tệ.	We don't accept credit cards/foreign currency.
Chúng tôi không nhận thanh toán điện tử.	We don't accept e-payments.

9. Mail, Phones and Internet

9.1 Mail
9.2 Phones
9.3 Internet access

 Mail

Major post offices are open Monday to Saturday from 8:30 am to 11:30 am and from 1:30 pm to 4:30 pm. The cost of sending a letter depends on its weight and the cost of sending an airmail letter also depends on where it is being sent.

Key Vocabulary

parcels	stamps	returned package
bưu kiện	*tem*	*bưu kiện trả lại*
postcard	registered mail	speedy delivery
bưu ảnh	*thư bảo đảm*	*chuyển phát nhanh*
airmail	express mail	money exchange
thư máy bay	*thư nhanh*	*đổi tiền*

Where is...	*...ở đâu?*
– the nearest post office?	*– bưu điện gần nhất*
– the main post office?	*– bưu điện chính*
– the nearest mail box?	*– hộp thư gần nhất*
Which counter should I go to...?	*Tôi phải đến quầy nào để...?*
Which counter should I go to send a postcard?	*Tôi phải đến quầy nào để bưu ảnh?*
Which counter should I go to change money?	*Tôi phải đến quầy nào để đổi tiền?*

Which counter should I go to wire a money order?	*Tôi phải đến quầy nào để gửi phiếu chuyển tiền?*
Which counter should I go to for general delivery?	*Tôi phải đến quầy nào để giao nhận hàng?*
Is there any mail for me?	*Có thư cho tôi không?*
My name's...	*Tôi tên là.../Tên tôi là...*

Stamps

What's the postage for a...to...?	*Tiền cước gửi...đi...là bao nhiêu?*
Are there enough stamps on it?	*Có đủ tem trên đó chưa?*
I'd like [5] [VND 10,000] stamps.	*Tôi cần [5] con tem [10,000 đồng].*
I'd like to send this...	*Tôi muốn gửi cái này...*
– express	*– tốc hành*
– by airmail	*– bằng đường hàng không*
– by registered mail	*– bằng thư bảo đảm*

9.2 Phones

Direct international calls can easily be made from all public telephones using a phonecard obtainable from post offices. Phone cards have a value of VN$300,000 or VN$600,000. Dial 00 to get out of Vietnam, then the relevant country code (USA 1), city code, and the number. You can only make a collect call from a post office. All the operators speak English. When phoning someone in Vietnam, you will be greeted with "*A lô*."

Key Vocabulary

telephone number **số điện thoại**	text message **tin nhắn**	local call **cuộc gọi nội địa**
to dial **bấm số**	prepaid credit **tiền trả trước**	area code **mã vùng**
charge/fee **cước phí**	access code **mã truy cập**	battery **pin**
mobile phone **điện thoại di động**	country code **mã quốc gia**	SIM card **thẻ SIM**

Is there a phone booth around here?	**Có trạm điện thoại nào quanh đây không?**
May I use your phone, please?	**Xin cho phép tôi dùng điện thoại của ông** (m.)**/bà** (f.)**.**
Do you have a (city/region) phone directory?	**Ông** (m.)**/Bà** (f.) **có niên giám điện thoại (thành phố/vùng) không?**
Where can I get a phone card?	**Tôi có thể mua thẻ điện thoại ở đâu?**
Could you give me...	**Xin cho tôi...**
– the number for international directory assistance?	**– số điện thoại hướng dẫn niên giám quốc tế.**
– the number of room...?	**– số điện thoại của phòng.**
– the international access code?	**– mã số gọi ra nước ngoài.**
– the...(country) code?	**– mã số quốc gia.**
– the area code for...?	**– mã số gọi vùng.**
– the number of [subscriber]...?	**– số điện thoại của.**
Could you check if this number's correct?	**Xin kiểm giùm xem số này có đúng không.**
Can I dial international direct?	**Tôi quay thẳng số điện thoại quốc tế được không?**

Do I have to go through the switchboard?	*Tôi có phải nhờ tổng đài không?*
Do I have to dial '0' first?	*Tôi có phải quay số "không" trước không?*
Do I have to reserve my calls?	*Tôi có phải đăng ký trước để gọi điện thoại không?*
Could you dial this number for me, please?	*Xin quay số này giùm tôi.*
Could you put me through to.../extension..., please?	*Xin cho tôi liên lạc số.../số máy phụ...*
I'd like to place a collect call to...	*Tôi muốn gọi điện thoại người nhận trả tiền đi...*
What's the charge per minute?	*Mỗi phút bao nhiêu tiền?*
Have there been any calls for me?	*Có ai điện thoại cho tôi không?*

Cell phone

I'd like to buy a SIM card for my cell phone.	*Tôi muốn mua thẻ SIM điện thoại di động.*
I'd like to add VND… to my prepaid phone.	*Tôi muốn nạp thêm...đ vào tài khoản điện thoại.*
I've lost my cell phone/ SIM card.	*Tôi bị mất điện thoại/thẻ SIM.*
I'd like to have a new cell phone/SIM card with the same number.	*Tôi muốn mua điện thoại/thẻ SIM mới nhưng giữ nguyên số cũ.*
The signal is weak/not available here.	*Chỗ này sóng yếu/không có sóng.*
My battery is low.	*Máy của tôi sắp hết pin.*
Where can I charge my cell phone?	*Tôi xạc điện thoại ở đâu được?*
Can I text you later?	*Tôi nhắn tin sau cho anh* (m.)/ *cô* (f.) *được không?*

The conversation

Hello, this is...	*A lô, tôi là...*
Who is this, please?	*Ai vậy?*
Is this...?	*Có phải là...không?*
I'm sorry, I've dialed the wrong number.	*Tôi xin lỗi, tôi gọi lộn số.*
I can't hear you.	*Tôi không nghe rõ.*
I'd like to speak to...	*Cho tôi nói chuyện với...*
Is there anybody who speaks English?	*Có ai nói tiếng Anh không?*
Extension..., please.	*Xin gọi số máy phụ...*
Could you ask him/her to call me back?	*Nhờ anh* (m.)/*chị* (f.) *nói ông/cô ấy gọi lại cho tôi.*
My name's...	*Tôi tên là...*
My number's...	*Số điện thoại của tôi là...*
Could you tell him/her I called?	*Nhờ anh* (m.)/*chị* (f.) *nói ông/cô ấy có tôi điện thoại.*
I'll call him/her back tomorrow.	*Ngày mai tôi sẽ gọi lại cho ông/cô ấy.*

Có người điện thoại cho anh (m.)/*cô* (f.).	There's a phone call for you.
Ông phải quay số "không" trước.	You have to dial '0' first.
Xin chờ một lát.	One moment, please.
Không có ai trả lời.	There's no answer.
Đường dây bận.	The linc's busy.
Ông (m.)/*Bà* (f.) *có muốn chờ không?*	Do you want to hold?

Điện thoại thông rồi.	Connecting you.
Ông (m.)/*Bà* (f.) *gọi lộn số rồi.*	You've got a wrong number.
Lúc này ông (m.) *ấy/cô* (f.) *ấy không ở đây.*	He's/She's not here right now.
Ông (m.) *ấy/cô* (f.) *ấy sẽ trở về lúc...*	He'll/She'll be back at...
Đây là máy nhắn tin của...	This is the answering machine of...

9.3 Internet access

Most hotels/travel offices have public computers with Internet for rent at a reasonable rate, around US$2/hour. Internet café is a cheaper option, at US$1/hour, but an ID might be required. Free Wi-Fi is widely available at most cafés and shopping centers.

Key Vocabulary

Internet **mạng internet**	website **trang mạng**	username **tên đăng nhập tài khoản**
email **thư điện tử/email**	browser **trình duyệt**	password **mật khẩu đăng nhập**
cybercafé **quán cà phê internet**	e-book **sách điện tử**	malware **phần mềm có mã độc**
log on/log off **đăng nhập/thoát ra**	application **ứng dụng**	@ (email address) **a còng (tại địa chỉ email)**
search engine **công cụ tìm kiếm**	software **phần mềm**	dot (webpage) **chấm (địa chỉ trang mạng)**
social networking **mạng xã hội**	adaptor **bộ đổi nguồn**	Wi-Fi/LAN **kết nối không dây/mạng nội bộ**
laptop **máy tính xách tay**	charger **bộ xạc pin**	

junk mail ***thư rác***	WhatsApp ***ứng dụng*** ***WhatsApp***	smartphone ***máy điện thoại có internet***
virus (infected) ***(bị nhiễm) vi-rút***	spam mail ***thư giả mạo***	hacker ***tin tặc***
App ***phần mềm ứng*** ***dụng App***		

Is there a computer that I can use for Internet/email?	***Có máy tính nào tôi có thể dùng để vào mạng internet/email được không?***
Is there an Internet café near here?	***Gần đây có quán cà phê internet nào không ạ?***
What is the username/ password?	***Tên tài khoản/mật khẩu là gì ạ?***
Can you help me to log on, please?	***Làm ơn đăng nhập vào mạng/ log on giúp tôi?***
What is the network name here?	***Tên mạng Wi-fi ở đây là gì ạ?***
What is the password/ passphrase for the Wi-fi here?	***Mật khẩu truy cập Wi-fi ở đây là gì ạ?***
Do you have your own blog/ Facebook/Twitter account?	***Bạn có blog/tài khoản Facebook/ Twitter riêng không ạ?***
Can I have your blog address/ Facebook ID/Twitter handle?	***Cho tôi xin địa chỉ blog/ Facebook ID/Twitter handle của bạn được không?***
Can we become friends on Facebook?	***Chúng ta kết bạn trên Facebook được không?***

10. Shopping

Vietnam has open air markets and small shops selling food and other goods. In the center of Saigon there are a few larger shops and department stores.

Shops are generally open every day of the week from 7 am or 8 am to 7–8 pm. Department stores and supermarkets usually open from 8:30 am to 5:30 pm during the week. Markets open as early as three or four in the morning and remain open until evening. However, few people shop during the middle of the day. They usually prefer to shop for food every day to ensure that it is fresh; seafood and poultry are often bought live. Bargaining is expected and customers can examine the fruit and vegetables. Clothing can be bought ready-made from markets or ordered from a tailor or dressmaker.

In the market where bargaining is the rule, too much politeness will put either the customer or the seller at a disadvantage. In shops, politeness is expected but this is often shown more by general bearing than by specific utterances. It is not necessary for either the customer or the shop assistant to say "thank you."

Hire purchase made its debut in the 1990s with motorcycles and can now be used by residents for the purchase of some electrical appliances and vehicles. Many shops in commercial centers are now accepting Visa, Mastercard and ACB, a local credit card. Paying by check is extremely rare and it is normal to pay in cash.

chợ
market

giày da
leather goods

đồ gia dụng
household goods

đồ thể thao
sporting goods

người bán hoa
florist

người bán cá
fishmonger

lò bánh mì
bakery

sạp báo
newsstand

siêu thị
supermarket

tiệm bánh mì
baker's shop

tiệm đánh máy
typing agency

tiệm đồ chơi
toy shop

tiệm hớt tóc
barber's

tiệm kem
ice cream shop

tiệm bán gia cầm
poultry shop

tiệm giày dép
footwear

tiệm thuốc bắc
herbalist's shop

tiệm bách hoá
department store

tiệm bán dầu thơm
perfumery

tiệm bán đồ cũ
second-hand shop

tiệm kẹo/tiệm bánh
confectioner's/cake
shop

tiệm nhạc cụ
musical instrument
shop

tiệm quần áo
clothing shop

**tiệm quần áo, nữ
trang**
costume jewelry

tiệm rau trái
fruit and vegetable
shop

tiệm sách
bookshop

tiệm sửa giày
cobbler

**tiệm bán máy
chụp hình**
camera shop

người bán rau quả
greengrocer

tiệm bán thuốc lá
tobacconist

đồng hồ
watches and clocks

tiệm giặt
household linen
shop/laundry

**tiệm giặt máy/tiệm
hấp tẩy quần ao**
coin-operated
laundry/dry cleaner

**tiệm bán băng đĩa
nhạc**
music shop (CDs,
tapes, etc)

tiệm bán bơ sữa
dairy (shop selling
dairy products)

tiệm bán đồ gia dụng
household appliances
(white goods)

**tiệm sửa xe đạp và xe
gắn máy**
motorbike and
bicycle repairs

tiệm đồ ăn ngon
delicatessen

tiệm thực phẩm
grocery shop

tiệm bán đồ điện tử
electronics shop

tiệm bán đồ lưu niệm
souvenir shop

**phong tranh nghệ
thuật**
art gallery

tiệm bán đồ cắm trại
camping supplies shop

tiệm làm tóc hairdresser	**vườn ươm cây** nursery (plants)	**tiệm bán dụng cụ văn phòng** stationery shop
thẩm mỹ viện beauty salon	**tiệm kính mắt** optician	**tiệm rượu** stock of vintage wines
thợ bạc goldsmith	**tiệm thịt** butcher's shop	**người làm đồ da thú** furrier
thợ kim hoàn jeweler	**tiệm sách cũ** used bookstore	**tiệm thuốc tây** pharmacy

10.1 At the store

Where can I get...?	**Tôi có thể mua...ở đâu?**
When is this shop open?	**Khi nào tiệm này mở cửa?**
Could you tell me where the...department is?	**Xin chỉ giùm tôi tiệm...ở đâu.**
Could you help me, please?	**Ông** (m.)**/Anh** (m.)**/Chị** (f.) **giúp tôi được không?**
I'm looking for...	**Tôi đang tìm...**
Do you sell English/American newspapers?	**Anh** (m.)**/Chị** (f.)**/Cô** (f.) **có bán báo Anh/Mỹ không?**

Có ai bán hàng cho ông (m.)**/cô** (f.) **chưa?**	Are you being served?
Quý khách cần giúp đỡ gì không?	Do you need help?

No, I'd like...	**Không, tôi muốn...**
I'm just looking, if that's all right.	**Tôi chỉ muốn xem hàng, được không ạ?**

| **Ông** (m.)/**bà** (f.) **cần gì nữa không?** | (Would you like) anything else? |

Yes, I'd also like...	**Có, tôi cũng muốn...**
No, thank you. That's all.	**Không, cảm ơn, đủ rồi.**
Could you show me...?	**Anh** (m.)/**Cô** (f.) **cho tôi xem...**
I'd prefer...	**Tôi thích...hơn.**
This is not what I'm looking for.	**Đây không phải là thứ tôi cần.**
Thank you, I'll keep looking.	**Cảm ơn, tôi sẽ tiếp tục kiếm xem.**
Do you have something...?	**Anh** (m.)/**Chị** (f.) **có món nào...?**
– less expensive	**– rẻ tiền hơn không**
– smaller	**– nhỏ hơn không**
– larger	**– lớn hơn không**
I'll take this one.	**Tôi lấy cái này.**
Does it come with instructions?	**Có chỉ dẫn trong đây không?**
It's too expensive.	**Đắt quá.**
I'll give you...	**Tôi trả anh** (m.)/**chị** (f.)**...**
Could you keep this for me?	**Anh** (m.)/**Chị** (f.) **giữ cái này giùm tôi.**
I'll come back for it later.	**Lát nữa tôi sẽ trở lại lấy.**
Do you have a bag for me, please?	**Cho tôi một túi đựng.**
Could you gift wrap it, please?	**Anh** (m.)/**Chị** (f.) **gói nó lại giùm tôi.**

Tôi xin lỗi, chúng tôi không có món hàng đó.	I'm sorry, we don't have that.
Xin lỗi, chúng tôi bán hết rồi.	I'm sorry, we're sold out.
Xin lỗi, đến...mới có hàng.	I'm sorry, it won't come back in until...
Xin trả tiền tại quầy tính tiền.	Please pay at the cash register.
Chúng tôi không nhận thẻ tín dụng.	We don't accept credit cards.
Chúng tôi không nhận chi phiếu du lịch.	We don't accept traveler's checks.
Chúng tôi không nhận ngoại tệ.	We don't accept foreign currency.

10.2 At the food market

Key Vocabulary

advance order **đặt trước**	kilogram **cân/ký**	a quarter (weight) **một phần tư ounce (7 gr)**	pieces **miếng**
reserved item **hàng đặt**	half **một nửa**		gram **gam**

I'd like a hundred grams of..., please.	**Cho tôi một trăm gam...**
I'd like half a kilo/five hundred grams of...	**Cho tôi nửa kí lô/năm trăm gam...**
I'd like a kilo of...	**Cho tôi một kí lô...**
Could you...it for me, please?	**Anh** (m.)/**Chị** (f.)...**nó giùm tôi.**
– slice it/cut it up for me, please?	**– xắt lát/cắt nhỏ giùm tôi.**
– grate it for me, please?	**– bào nhỏ giùm tôi.**

Can I order it?	**Cho tôi đặt hàng được không?**
I'll pick it up tomorrow/at...	**Ngày mai tôi sẽ đến lấy hàng lúc...**
Can you eat/drink this?	**Anh** (m.)**/Chị** (f.) **ăn/uống món này được không?**
What's in it?	**Trong đó có gì?**

10.3 Clothing and shoes

Key Vocabulary

medium size **số nhỡ**	sleeves **tay áo**	pants **quần**
large size **số lớn**	shorts **quần soóc**	silk **lụa**
small size **số nhỏ**	shirt **áo sơ mi**	cotton **vải bông**
clothing **quần áo**	T-shirt **áo phông**	jacket **áo khoác**
dress **váy**	blouse **áo sơ mi nữ**	shoes **giày**

I saw something in the window.	**Tôi thấy một món bày ở cửa kính.**
Shall I point it out?	**Tôi chỉ nó cho anh** (m.)**/chị** (f.) **coi.**
I'd like something to go with this.	**Tôi muốn có thứ hợp với món này.**
Do you have shoes to match this?	**Anh** (m.)**/Chị** (f.) **có giày hợp với bộ này không?**
I'm a size...in the US.	**Ở Mỹ, tôi mang số...**
Can I try this on?	**Tôi thử được không?**
Where's the fitting room?	**Phòng thử đồ ở đâu?**
It doesn't suit me.	**Nó không vừa với tôi.**
This is the right size.	**Cái này đúng cỡ.**

It doesn't look good on me.	*Nó có vẻ không hợp với tôi.*
Do you have this/these in...?	*Anh* (m.)/*Chị* (f.) *có cái này/ những cái này ở...không?*
The heel's too high/low.	*Gót quá cao/qua thấp.*
Is this real leather?	*Cái này có bằng da thật không?*
I'm looking for a...for a... year-old child.	*Tôi tìm cái...cho đứa con...tuổi.*
I'd like a... [coat]	*Tôwi muốn một cái... [áo choàng]*
– silk	*– lụa*
– cotton	*– vải/cô tông*
– woolen	*– len*
– linen	*– vải lanh*
At what temperature should I wash it?	*Tôi nên giặt nó ở nhiệt độ nào?*
Will it shrink in the wash?	*Nó có bị co sau khi giặt không?*

| *đừng sấy khô* do not spin dry | *giặt máy được* machine washable | *giặt khô* dry clean |
| *đừng ủi* do not iron | *giặt tay* hand wash | *trải cho phẳng* lay flat |

At the cobbler

Could you mend these shoes?	*Ông sửa giày giùm.*
Could you resole/reheel these shoes?	*Ông đóng đế/đóng gót giày dùm.*
When will they be ready?	*Khi nào thì xong?*
I'd like..., please.	*Cho tôi...*
– a can of shoe polish	*– một hộp thuốc đánh giày*
– a pair of shoelaces	*– một đôi dây giày*

10.4 Cameras

Key Vocabulary

digital camera	photo editing (software)	pixel
máy ảnh kỹ thuật số	**(phần mềm) chỉnh sửa ảnh**	(resolution)
SD card		**pixel (độ phân giải)**
thẻ nhớ	face recognition function	
lens	**tự động nhận mặt**	photo enhancement
ống kính		**chỉnh sửa ảnh**
zoom	video	
cận cảnh	**video**	

I'd like a…GB/MB SD card for this camera.

Tôi muốn mua thẻ nhớ dung lượng…GB/MB cho chiếc máy ảnh này.

I'd like a film for this camera, please.

Cho tôi một cuộn phim dùng cho máy chụp hình này.

I'd like a cartridge, please.

Cho tôi một cuộn băng

– a one twenty-six cartridge

– một cuộn băng hai mươi sáu

– a slide film

– phim dương bản

– a movie cassette, please

– một cuộn băng video

– color/black and white

– màu/trắng đen

– super eight

– băng số tám

– 12/24/36 exposures

– 12/24/36 pô

– ASA/DIN number

– số ASA/DIN

Problems

Could you have a look at my camera, please?

Anh xem máy chụp hình này giùm tôi.

It's not working.   *Nó không chụp được.*

The flash isn't working.   *Đèn flash không hoạt động.*

Processing and prints

I'd like to have this   *Tôi muốn tráng/in ảnh cuốn*
printed, please.   *phim này.*

I'd like 3 prints of each   *In cho tôi mỗi hình...3 tấm.*
photo.

– glossy prints   *– giấy láng*

– matte prints   *– giấy mờ*

I'd like to order reprints of   *Tôi muốn in lại những tấm hình*
these photos.   *này.*

I'd like to have this photo   *Tôi muốn phóng lớn hình này.*
enlarged.

How much is processing?   *Tráng phim bao nhiêu tiền?*

How much for printing?   *Tiền công in bao nhiêu tiền?*

How much are the prints?   *Mỗi tấm hình bao nhiêu tiền?*

How much is it for   *Phóng lớn bao nhiêu tiền?*
enlargement?

When will they be ready?   *Khi nào thì xong?*

10.5 At the hairdresser

Key Vocabulary

appointment	perm	hair bonding
hẹn trước	*uốn tóc*	*nối tóc*
shampoo	coloring	cut it short
gội đầu	*nhuộm tóc*	*cắt ngắn*
haircut	highlight	long hair
cắt tóc	*nhuộm điểm hi-light*	*tóc dài*

Do I have to make an appointment?	*Tôi có phải hẹn trước không?*
Can I come in right now?	*Tôi đến ngay bây giờ được không?*
How long will I have to wait?	*Tôi phải đợi bao lâu?*
I'd like a shampoo/haircut.	*Tôi muối gội đầu/cắt tóc.*
I'd like a shampoo for oily/ dry hair, please.	*Tôi muốn gội đầu với dầu gội dành cho tóc dầu/tóc khô.*
I'd like an anti-dandruff shampoo.	*Tôi muốn gội đầu với dầu trị gàu.*
I'd like a shampoo with conditioner, please.	*Tôi muốn gội đầu có dùng dầu làm mềm tóc.*
I'd like highlights, please.	*Tôi muốn nhuộm điểm một vài chỗ.*
Do you have a color chart, please?	*Anh* (m.)/*Chị* (f.) *có bản màu không?*
I'd like to keep the same color.	*Tôi muốn giữ nguyên màu cũ.*
I'd like it darker/lighter.	*Tôi muốn màu đậm hơn/nhạt hơn.*
I'd like/I don't want hairspray.	*Tôi muốn/tôi không muốn xài keo xịt tóc.*
– gel	*– gen giữ tóc cứng*
– lotion	*– dầu thơm*
I'd like short bangs.	*Tôi muốn cắt tóc ngắn.*
Please thin my hair a little bit.	*Tôi muốn tỉa tóc mỏng một chút.*
Not too short at the back.	*Không quá ngắn phía sau.*
Not too long.	*Không quá dài.*
I'd like it curly/not too curly.	*Tôi thích tóc quăn/không quăn quá.*
It needs a little/a lot taken off.	*Cần cắt một ít/cần cắt nhiều.*
I'd like a completely different style/a different cut.	*Tôi muốn một kiểu tóc hoàn toàn khác/một kiểu cắt khác.*

I'd like it the same as in this photo.	*Tôi muốn cắt kiểu tóc như trong hình chụp này.*
– as that woman's	*– như kiểu của bà kia*
Could you turn the drier up/down a bit?	*– Anh vặn máy sấy tóc mạnh hơn/nhỏ hơn một chút.*
I'd like a facial.	*Tôi thích làm mặt.*
– a manicure	*– làm móng tay*
– a massage	*– xoa bóp/mát-xa*
Could you trim my..., please?	*Anh* (m.)/*Chị* (f.) *tỉa...giùm tôi.*
– bangs	*– tóc mái*
– beard	*– râu*
– moustache	*– râu mép*
I'd like a shave, please.	*Anh* (m.)/*Chị* (f.) *cạo râu giùm tôi.*
I'd like a wet shave, please.	*Tôi thích được cạo râu với dầu cạo râu.*

Anh (m.)/*Chị* (f.) *muốn cắt tóc như thế nào?*	How do you want it cut?
Anh (m.)/*Chị* (f.) *định cắt tóc kiểu nào?*	What style did you have in mind?
Anh (m.)/*Chị* (f.) *muốn tóc màu gì?*	What color did you want it?
Nhiệt độ này có phù hợp với anh (m.)/*chị* (f.) *không?*	Is the temperature all right for you?
Anh (m.)/*Chị* (f.) *thích đọc gì không?*	Would you like something to read?
Anh (m.)/*Chị* (f.) *thích uống gì không?*	Would you like a drink?
Đây có phải là kiểu anh (m.)/ *chị* (f.) *định cắt không?*	Is this what you had in mind?

11. Tourist Activities

11.1 **Places of interest**
11.2 **Going out**
11.3 **Booking tickets**

11.1 Places of interest

There are three main categories of tourist office: regional, provincial, and local. Provincial offices usually have information on regions and towns. A good range of more specific local information about buses, museums, tours, etc. is available at Vietnam Tourist offices. Tourist offices are generally open Monday to Friday, 8:30 am to 11:30 am and 1:30 pm to 5 pm. Some also open on Saturdays and Sundays.

In Ho Chi Minh City, if you want to make a city tour, you can just walk around. If you don't have time, you can use the hotel service desk, which will provide a car and a driver to guide you. However, this is the most expensive way: it will cost about US$75 or more a day. It might be better to go to a travel agency because a half-day city tour, with two or three stops at various attractions, will cost you about US$50, including entry tickets.

You can also take a half-day tour on the backseat of a motorbike with a friendly driver who can speak English. There are also cyclo drivers who can give you a good tour of the downtown area.

Finally, you can hire a bike or a Honda, buy a map, and take your own tour. This is certainly the most adventurous way to see the city.

Look up online sites such as vietnam.travel, vietnamtourism.gov.vn, or popular search sites (Trip Advisor, Lonely Planet.com) to get up-to-date information if you like to know more about Vietnam.

Key Vocabulary

tourist **(khách) du lịch**	walking tour **tour đi bộ**	admission ticket **vé vào cửa**	place of interest **thắng cảnh**
guide **hướng dẫn**	map **bản đồ**	senior's fare **giá cho người lớn tuổi**	day trip **chuyến trong ngày**

Where's the Tourist Information, please?	**Văn phòng Hướng dẫn Du lịch ở đâu?**
Do you have a city map?	**Anh** (m.)/**Chị** (f.) **có bản đồ thành phố không?**
Where is the museum?	**Viện bảo tàng ở đâu?**
Where can I find a church?	**Ở đâu có nhà thờ?**
Could you give me some information about...?	**Tôi muốn có thông tin về...**
How much is this?	**Cái này bao nhiêu?**
What are the main places of interest?	**Những điểm tham quan nào là chính?**
Could you point them out on the map?	**Anh** (m.)/**Chị** (f.) **chỉ giùm trên bản đồ này?**
What do you recommend?	**Tôi nên đến những nơi nào?**
We'll be here for a few hours.	**Chúng tôi sẽ ở đây vài giờ.**
We'll be here for a day.	**Chúng tôi sẽ ở đây một ngày.**
We'll be here for a week.	**Chúng tôi sẽ ở đây một tuần.**
We're interested in...	**Chúng tôi muốn xem...**
Is there a scenic walk around the city?	**Có chỗ đi dạo nào đẹp quanh thành phố không?**
How long does it take?	**Đi mất bao lâu?**
Where does it start/end?	**Bắt đầu ở đâu/ngừng ở đâu?**
Are there any boat trips?	**Có những chuyến đi chơi bằng thuyền không?**

Where can we board?	*Chúng tôi xuống tàu ở đâu được?*
Are there any bus tours?	*Có những tua tham quan bằng xe buýt?*
Where do we get on?	*Chúng tôi lên xe ở đâu?*
What trips can we take around the area?	*Chúng tôi có thể đi chơi nơi nào trong vùng này?*
Are there any excursions?	*Có những chuyến du ngoạn không?*
Where do they go?	*Họ đi đâu?*
We'd like to go to...	*Chúng tôi thích đi...*
How long is the excursion?	*Cuộc du ngoạn bao lâu?*
How long do we stay in...?	*Chúng tôi ở lại...bao lâu?*
Are there any guided tours?	*Có những tua có hướng dẫn viên không?*
How much free time will we have there?	*Ở đó chúng tôi có bao nhiêu thì giờ được tự do?*
We want to have a walk around/to go on foot.	*Chúng tôi muốn đi dạo quanh đây/đi bộ.*
Can we hire a guide?	*Chúng tôi muốn thuê hướng dẫn viên được không?*
Is there a guide who speaks English?	*Có hướng dẫn viên nói tiếng Anh không?*
What time does...open/close?	*Mấy giờ...mở cửa/đóng cửa?*
What days is...open/closed?	*... mở cửa/đóng cửa ngày nào?*
What's the admission price?	*Giá vé vào cửa bao nhiêu?*
Is there a group discount?	*Đi đông người có được giảm giá không?*
Is there a child discount?	*Trẻ em có được giảm giá không?*
Is there a discount for senior citizens?	*Người lớn tuổi có được giảm giá không?*

Can I take (flash) photos/ can I film here?	*Tôi chụp hình (có đèn chớp)/ quay phim ở đây được không?*
Do you have any postcards of...?	*Anh* (m.)/*Chị* (f.) *có bưu thiếp... không?*
Do you have an English...?	*Anh* (m.)/*Chị* (f.) *có...tiếng Anh không?*
– catalogue	*– ca ta lô*
– program	*– chương trình*
– brochure	*– tài liệu hướng dẫn*

11.2 Going out

Drama theaters are open all year round. In Hanoi, there are some famous water puppet shows. There is a very popular Vietnamese film industry and most foreign films are dubbed into Vietnamese. In Saigon, there are many places to attend musical performances such as concert halls and nightclubs. These performances normally start at 8 pm. Ticket prices vary according to the status of the performers.

Key Vocabulary

performance	movie	drinks
biểu diễn	*phim*	*đồ uống*
dancing	bar	music
khiêu vũ	*quán bar*	*âm nhạc*
alcoholic drinks	nightclub	movie theater
đồ uống có cồn	*hộp đêm*	*rạp chiếu phim*
non-alcoholic drinks		
đồ uống không có cồn		

| Do you have this week's/ month's entertainment guide? | *Anh* (m.)/*Chị* (f.) *có chương trình giải trí tuần này/tháng này không?* |

What's on tonight?	*Đêm nay có gì?*
We want to go to...	*Chúng tôi muốn đi...*
What's playing at the cinema?	*Rạp hát chiếu gì?*
What sort of film is that?	*Phim đó là loại phim gì?*
– suitable for everyone	*– thích hợp cho mọi người*
– not suitable for people under 12/under 16.	*– không thích hợp cho người dưới 12/dưới 16 tuổi.*
– original version	*– bản gốc*
subtitled	*– có phụ đề*
– dubbed	*– lồng tiếng*
Is it a continuous showing?	*Chương trình có chiếu nhiều buổi liên tục không?*
What's on at...?	*Đang có gì ở...?*
– the theater	*– nhà hát*
– the opera	*– nhà hát nhạc kịch*
What's happening in the concert hall?	*Có gì trong phòng hòa nhạc vậy?*
Where can I find a good disco around here?	*Quanh đây có tiệm disco nào hay không?*
Is it members only?	*Chỉ dành riêng cho hội viên hay sao?*
Where can I find a good nightclub around here?	*Quanh đây có vũ trường nào ngon lành không?*
Is it evening wear only?	*Phải mặc đồ đàng hoàng hay sao?*
Should I/we dress up?	*Tôi/chúng tôi có nên ăn mặc trang trọng không?*
What time does the show start?	*Mấy giờ chương trình bắt đầu?*

When's the next soccer match?	*Khi nào thì có trận đá banh kế tiếp?*
Who's playing?	*Đội nào chơi?*
I'd like an escort (m/f) for tonight.	*Tôi muốn có người làm bạn đi cùng đêm nay.*

11.3 Booking tickets

Could you reserve some tickets for us?	*Xin anh (m.)/chị (f.) giữ chỗ trước vài vé cho chúng tôi.*
We'd like to book...seats/ a table for...	*Chúng tôi muốn đặt...chỗ ngồi/ một bàn cho...*
...seats in the orchestra in the main section.	*...chỗ ngồi trong khu vực chính của buổi hoà nhạc.*
...seats in the circle.	*...chỗ ngồi trong khu vòng cung.*
a box for...	*một lô riêng cho...*
...front row seats/a table for...at the front.	*...chỗ ngồi hàng ghế đầu/một bàn cho...ở phía trước.*
...seats in the middle/ a table in the middle.	*...chỗ ngồi ở giữa/một bàn ở giữa.*
...back row seats/a table at the back.	*...chỗ ngồi ở dãy sau/một bàn ở phía sau.*
Could I reserve...seats for the... o'clock performance?	*Cho tôi giữ...chỗ trong chương trình lúc...giờ.*
Are there any seats left for tonight?	*Đêm nay còn ghế nào trống không?*
How much is a ticket?	*Một vé giá bao nhiêu?*
When can I pick up the tickets?	*Khi nào tôi lấy vé được?*
I've got a reservation.	*Tôi có giữ chỗ trước.*
My name's...	*Tôi tên là...*

Anh (m.)/*Chị* (f.) *muốn giữ chỗ cho buổi biểu diễn nào?*	Which performance do you want to reserve for?
Anh (m.)/*Chị* (f.) *thích ngồi ở đâu?*	Where would you like to sit?
Vé bán hết rồi.	Everything's sold out.
Phòng này chỉ có chỗ đứng.	It's standing room only.
Chúng tôi chỉ còn chỗ ngồi ở khu vòng cung.	We've only got circle seats left at the back.
Chúng tôi chỉ còn chỗ ngồi ở vòng cung phía trên.	We've only got upper circle (way upstairs) seats left.
Chúng tôi chỉ còn chỗ xem hòa nhạc.	We've only got orchestra seats left.
Chúng tôi chỉ còn chỗ ngồi hàng đầu.	We've only got front row seats left.
Chúng tôi chỉ còn chỗ ngồi phía sau.	We've only got seats left at the back.
Anh (m.)/*Chị* (f.) *muốn bao nhiêu chỗ?*	How many seats would you like?
Anh (m.)/*Chị* (f.) *phải lấy vé trước...giờ.*	You'll have to pick up the tickets before...o'clock.
Xin cho soát vé.	Tickets, please.
Đây là chỗ ngồi của anh/chị.	This is your seat.
Anh (m.)/*Chị* (f.) *ngồi lộn chỗ rồi.*	You are in the wrong seat.

12. Sports Activities

Sports facilities

Key Vocabulary

sports	to play	badminton	soccer
thể thao	**chơi**	**cầu lông**	**bóng đá**
track field	to jog	to cycle	to swim
sân điền kinh	**chạy bộ**	**đạp xe**	**bơi**
indoors	windsurfing	to surf	hiking
trong nhà	**lướt gió**	**lướt sóng**	**đi bộ xuyên núi**
martial arts	yoga	mountain trekking	to play golf
vũ thuật	**tập yoga**	**trèo núi**	**đánh gôn**

Where can we...around here?	**Quanh đây chúng tôi có thể... ở đâu?**
Can I/we hire a...?	**Tôi muốn thuê một...?**
How much is that per hour/ per day?	**Bao nhiêu tiền một giờ/một ngày?**
Can I/we take...lessons?	**Tôi/chúng tôi có thể học...được không?**
How much is each one?	**Mỗi khóa/buổi bao nhiêu?**
Do you need a permit for that?	**Có cần phải có giấy phép không?**
Where can I get the permit?	**Tôi có thể xin giấy phép ở đâu?**

12.2 At the beach

Is it far (to walk) to the sea?	*(Đi bộ) ra biển có xa không?*
Is there a...around here?	*Quanh đây có...không?*
– a swimming pool	*– hồ bơi*
– a sandy beach	*– bãi biển nhiều cát*
Are there any rocks here?	*Ở đây có đá không?*
When's high/low tide?	*Khi nào thủy triều lên/khi nào thủy triều xuống?*
What's the water temperature?	*Nước ở đây bao nhiêu độ?*
Is it (very) deep here?	*Ở đây có sâu (lắm) không?*
Is it safe (for children) to swim here?	*(Trẻ em) bơi ở đây có an toàn không?*
Are there any currents?	*Có sóng ngầm không?*
Are there any rapids/ waterfalls along this river?	*Có những chỗ nước chảy xiết/ thác nước dọc con sông này không?*
What does that flag/ buoy mean?	*Cái cờ/cai phao kia có ý nghĩa gì?*
Is there a lifeguard on duty?	*Có người cứu cấp trực ở đây không?*
Are dogs allowed here?	*Chó có được phép vào đây không?*
Is camping on the beach allowed?	*Cắm trại ở bãi biển có được phép không?*
Can we light a fire?	*Chúng tôi đốt lửa được không?*

cấm bơi lội	*cấm câu cá*	*chỉ dành cho người có giấy phép*
no swimming	no fishing	permits only
cấm lướt sóng	*nguy hiểm*	*vùng nước câu cá*
no surfing	danger	fishing waters

12.3 Taking a lesson

Key Vocabulary

schedule	one-to-one lessons	language of instruction
lịch học	*một thầy một trò*	*dạy bằng tiếng*
attire	group activity	
trang phục	*hoạt động theo nhóm*	

Can I take beginner lessons here?	*Ở đây có lớp cho người mới bắt đầu không?*
Can I take intermediate lessons here?	*Ở đây có lớp trung cấp không?*
How many people in the group?	*Một nhóm có mấy người?*
What language is used?	*Giảng dạy bằng ngôn ngữ gì?*
Are the...open?	*Còn đăng ký được lớp ... không?*
What lessons do you have?	*Ở đây có những lớp nào?*
What time does it finish?	*Mấy giờ thì kết thúc?*
How much does it cost?	*Học phí là bao nhiêu?*
Is that per person?	*Tính theo đầu người phải không?*
Or per group?	*Hay theo nhóm?*

12.4 Renting equipment

See phrases from 12.1

Can I hire snorkels?	*Tôi có thuê được đồ lặn không bình (snorkel) không?*
Can we hire a golf caddy?	*Tôi có thuê được caddy đánh gôn không?*
Can I book a barbecue pit?	*Tôi có đặt trước được lò nướng BBQ không?*

13. Health Matters

 Calling a doctor

Key Vocabulary

doctor *bác sĩ*	not feeling well *thấy mệt*	vertigo *sợ độ cao*	opening hours *giờ làm việc*
injured *bị chấn thương*	night hours *ngoài giờ*	nearest hospital *bệnh viện gần nhất*	wounds *vết thương*
flu shots *tiêm phòng cúm*	dizziness *chóng mặt*	clinic *trạm xá*	ambulance *xe cứu thương*
pharmacy *nhà thuốc*	emergency *cấp cứu*	appointment *lịch hẹn*	English-speaking doctor *bác sĩ nói tiếng Anh*

If you become ill or need emergency treatment, it is best to go to the Emergency Department at the nearest hospital.

Could you get a doctor quickly, please?	*Anh* (m.)/*Chị* (f.) *gọi bác sĩ gấp giùm.*
When does the doctor have office hours?	*Bác sĩ làm việc giờ nào?*
When can the doctor come?	*Khi nào bác sĩ đến?*
Could I make an appointment to see the doctor?	*Tôi muốn lấy hẹn gặp bác sĩ.*
I've got an appointment to see the doctor at...o'clock.	*Tôi có hẹn gặp bác sĩ lúc...giờ.*

| Which doctor/pharmacy is on night/weekend duty? | *Bác sĩ nào/tiệm thuốc tây nào trực ban đêm/cuối tuần?* |

13.2 What's wrong?

I don't feel well.	*Tôi không được khỏe.*
I'm dizzy.	*Tôi bị chóng mặt.*
– ill	*– bịnh*
– nauseous	*– buồn nôn*
I've got a cold.	*Tôi bị cảm lạnh.*
It hurts here.	*Tôi đau chỗ này.*
I've vomited.	*Tôi bị nôn/ói.*
I'm running a temperature of...degrees.	*Tôi bị sốt...độ.*
I've been...	*Tôi bị...*
– stung by a wasp	*– ong chích*
– stung by an insect	*– côn trùng cắn*
– bitten by a dog	*– chó cắn*
– stung by a jellyfish	*– sứa cắn*
– bitten by a snake	*– rắn cắn*
– bitten by an animal	*– thú cắn*
I've cut myself.	*Tôi bị đứt tay/chân.*
I've burned myself.	*Tôi bị bỏng/phỏng.*
I've grazed/scratched myself.	*Tôi bị trầy da/xước da.*
I've had a fall.	*Tôi bị té./Tôi bị ngã.*
I've sprained my ankle.	*Tôi bị trật mắt cá chân.*
I'd like the morning-after pill.	*Tôi muốn mua thuốc ngừa thai hai mươi bốn giờ.*

13.3 The consultation

Anh (m.)/*Chị* (f.) *có vấn đề gì?*	What seems to be the problem?
Anh (m.)/*Chị* (f.) *bị như vậy bao lâu rồi?*	How long have you had these complaints?
Trước đây anh (m.)/*chị* (f.) *có bị như vậy không?*	Have you had this trouble before?
Anh (m.)/*Chị* (f.) *có bị sốt không? Bao nhiêu độ?*	Do you have a temperature? What is it?
Xin cởi áo ra.	Get undressed, please.
Xin cởi áo đến ngang hông.	Strip to the waist, please.
Anh (m.)/*Chị* (f.) *có thể cởi quần áo ở đằng kia.*	You can undress there.
Xắn tay áo bên trái/bên phải lên.	Roll up your left/right sleeve, please.
Xin nằm xuống đây.	Lie down here, please.
Có đau không?	Does this hurt?
Thở sâu.	Breathe deeply.
Há miệng ra.	Open your mouth.

Patients' medical history

I'm a diabetic.	*Tôi là người bị bệnh tiểu đường.*
I have a heart condition.	*Tôi bị bệnh tim.*
I'm asthmatic.	*Tôi bị hen suyễn.*
I'm allergic to...	*Tôi bị dị ứng với...*
I'm...months pregnant.	*Tôi có thai...tháng.*
I'm on a diet.	*Tôi đang ăn kiêng.*
I'm on medication/the pill.	*Tôi đang uống thuốc/dùng thuốc ngừa thai.*
I've had a heart attack once before.	*Trước đây tôi bị nhồi máu cơ tim một lần.*

I've had a(n)...operation.	*Tôi từng bị mổ...*
I've been ill recently.	*Mới đây tôi bị bịnh.*
I've got a stomach ulcer.	*Tôi bị đau bao tử/dạ dày.*
I've got my period.	*Tôi có kinh.*

Anh (m.)/*Chị* (f.) *có bị dị ứng không?*	Do you have any allergies?
Anh (m.)/*Chị* (f.) *có đang dùng thuốc gì không?*	Are you on any medication?
Anh (m.)/*Chị* (f.) *có đang ăn kiêng không?*	Are you on a diet?
Bà/Chị (f.) *có đang có thai không?*	Are you pregnant?
Anh (m.)/*Chị* (f.) *đã chích ngừa bệnh uốn ván chưa?*	Have you had a tetanus injection?

The diagnosis

Không có gì trầm trọng.	It's nothing serious.
...của anh (m.)/*chị* (f.)*bị gãy.*	Your...is broken.
Anh (m.)/*Chị* (f.) *bị trật...*	You've got a sprained...
...của anh (m.)/*chị* (f.) *bị rách*	You've got a torn...
Anh (m.)/*Chị* (f.) *bị nhiễn trùng/ viêm.*	You've got an infection/ some inflammation.
Anh (m.)/*Chị* (f.) *bị sưng ruột thừa/dư.*	You've got appendicitis.
Anh (m.)/*Chị* (f.) *bị sưng cuống phổi.*	You've got bronchitis.
Anh (m.)/*Chị* (f.) *bị bệnh da liễu.*	You've got a venereal disease.
Anh (m.)/*Chị* (f.) *bị cúm.*	You've got the flu.

Anh (m.)/*Chị* (f.) *bị nhồi máu cơ tim.*	You've had a heart attack.
Anh (m.)/*Chị* (f.) *bị nhiễm trùng.*	You've got a (viral/bacterial) infection.
Anh (m.)/*Chị* (f.) *bị bị sưng phổi.*	You've got pneumonia.
Anh (m.)/*Chị* (f.) *bị bị ăn không tiêu/bị loét bao tử.*	You've got gastritis/an ulcer.
Anh (m.)/*Chị* (f.) *bị vọp bẻ/chuột rút.*	You've pulled a muscle.
Cô/Bà (f.) *bị nhiễm trùng đường sinh dục.*	You've got a vaginal infection.
Anh (m.)/*Chị* (f.) *bị ngộ độc thức ăn.*	You've got food poisoning.
Anh (m.)/*Chị* (f.) *bị say nắng.*	You've got sunstroke.
Anh (m.)/*Chị* (f.) *bị dị ứng với...*	You're allergic to...
Bà/Chị (f.) *có thai.*	You're pregnant.
Xin thử máu/nước tiểu/phân giùm tôi.	I'd like to have your blood/urine/stools tested.
Vết thương cần khâu lại.	It needs stitches.
Tôi sẽ giới thiệu anh/chị đi gặp bác sĩ chuyên môn/gửi anh (m.)/*chị* (f.) *đến bệnh viện.*	I'm referring you to a specialist/sending you to the hospital.
Anh (m.)/*Chị* (f.) *cần chụp quang tuyến X.*	You'll need some x-rays taken.
Anh (m.)/*Chị* (f.) *vui lòng đợi trong phòng đợi.*	Could you wait in the waiting room, please?
Anh (m.)/*Chị* (f.) *cần được giải phẫu.*	You'll need an operation.

Is it contagious?	**Bệnh này có lây không?**
How long do I have to stay...	**Tôi phải nằm...bao lâu?**
– in bed?	**– trong giường**
– in the hospital?	**– ở bệnh viện**

Do I have to go on a special diet?	*Tôi có phải ăn uống kiêng cữ gì không?*
Am I allowed to travel?	*Tôi có được phép đi xa không?*
Can I make another appointment?	*Tôi có thể hẹn lần khác không?*
When do I have to come back?	*Khi nào tôi phải trở lại?*
I'll come back tomorrow.	*Ngày mai tôi trở lại.*
How do I take this medicine?	*Tôi uống thuốc này như thế nào?*

Trở lại ngày mai/trong... ngày nữa.	Come back tomorrow/ in...days' time.

13.4 Medications and prescriptions

Key Vocabulary

pills/tablets **thuốc viên**	ointment **dầu xoa**	oxygen tank **bình ô-xi**
drops **thuốc nhỏ**	to rub on **xoa**	supplements **chế phẩm bổ sung**
antibiotics **thuốc kháng sinh**	to dissolve in water **tan trong nước**	before meals **trước bữa ăn**
medicine **thuốc**	to take (medicine) **uống (thuốc)**	after meals **sau bữa ăn**
injections **tiêm**	every...hours **...tiếng một lần**	spoonful/teaspoon **thìa canh/thìa cà phê**
nasal spray **lọ xịt mũi**	to finish the prescription **uống hết liều theo đơn**	for...days **trong...ngày**
...times a day **một ngày ... lần**	inhaler **bình xịt**	shake the bottle well **lắc kỹ bình**

How many pills each time?	**Bao nhiêu viên mỗi lần?**
How many drops each time?	**Bao nhiêu giọt mỗi lần?**
How many injections each time?	**Bao nhiêu tiêm mỗi lần?**
How many spoonfuls each time?	**Bao nhiêu muỗng/thìa mỗi lần?**
How many times a day?	**Bao nhiêu lần một ngày?**
I've forgotten my medication.	**Tôi quên uống thuốc.**
At home I take...	**Ở nhà tôi uống...**
Could you write a prescription for me, please?	**Xin ghi toa thuốc giùm tôi.**

Tôi kê thuốc trụ sinh/một loại thuốc hỗn hợp/thuốc an thần/thuốc giảm đau cho anh (m.)**/chị** (f.).	I'm prescribing antibiotics/a mixture/a tranquilizer/ painkillers.
Phải nằm nghỉ nhiều.	Have lots of rest.
Ở trong nhà.	Stay indoors.
Nghỉ trong giường.	Stay in bed.

At the dentist

Key Vocabulary

tooth/teeth	dentist	pain	filling
răng	**nha sĩ**	**đau**	**trám răng**

Do you know a good dentist?	**Anh** (m.)**/Chị** (f.) **biết nha sĩ nào giỏi không?**
Could you make a dental appointment for me?	**Anh** (m.)**/Chị** (f.) **lấy hẹn với nha sĩ giùm tôi?**

It's urgent.	**Khẩn cấp lắm.**
Can I come in today, please?	**Hôm nay tôi đến được không?**
I have a terrible toothache.	**Tôi đau răng (khủng khiếp) lắm.**
Could you prescribe/give me a painkiller?	**Xin kê cho tôi toa/cho tôi thuốc giảm đau.**
I've got a broken tooth.	**Tôi có một cái răng bị gãy.**
My filling's come out.	**Chỗ trám răng bị sút ra.**
I've got a broken crown.	**Chụp răng của tôi bị mẻ**
I don't want a local anesthetic.	**Tôi không muốn dùng thuốc tê quanh đó.**
I'd like a local anesthetic.	**Tôi muốn dùng thuốc tê quanh đó.**
Could you do a temporary repair?	**Ông** (m.)/**Bà** (f.) **chữa tạm thời được không?**
I don't want this tooth pulled.	**Tôi không muốn nhổ cái răng này.**
My denture is broken.	**Răng giả của tôi bị bể.**
Can you fix it?	**Ông** (m.)/**Bà** (f.) **sửa nó được không?**

👐 The diagnosis

Răng nào đau?	Which tooth hurts?
Anh (m.)/**Chị** (f.) **có bọc mủ.**	You've got an abscess.
Anh (m.)/**Chị** (f.) **một cái răng mủ.**	You've got broken tooth.
Tôi phải lấy tủy răng.	I'll have to do a root canal.
Tôi sẽ cho thuốc tê quanh chỗ đau.	I'm giving you a local anesthetic.
Tôi phải trám răng này.	I'll have to fill this tooth.

Tôi phải khoan nó.	I'll have to drill it.
Mở lớn giùm.	Open wide, please.
Ngậm miệng lại.	Close your mouth, please.
Súc miệng đi.	Rinse, please.
Còn đau không?	Does it hurt still?

14. Emergencies

These are emergency contacts in Vietnam:

112	Emergency Rescue	113	Police
114	Fire	115	Ambulance
1800 1567	Support for Children		

For information on the directory in English, dial region code + 1080 (e.g. Hanoi's is 024 1080).

14.1 Asking for help

Help!	*Cứu tôi với!*
Fire!	*Cháy!*
Police!	*Cảnh sát!*
Quick!/Hurry!	*Nhanh lên/Lẹ lên!*
Danger!	*Nguy hiểm!*
Watch out!	*Coi chừng!*
Stop!	*Ngừng lại!*
Be careful!/Go easy!	*Cẩn thận!/Từ từ!*
Get your hands off me!	*Đừng động vào người tôi!*
Let go!	*Buông ra!*
Stop thief!	*Bắt ăn trộm!*
Could you help me, please?	*Xin giúp giùm tôi.*

Where's the police station/ emergency exit/fire escape?	*Đồn công an/lối ra khẩn cấp/ lối thoát hoả hoạn ở đâu?*
Where's the nearest fire extinguisher?	*Bình chữa cháy gần nhất ở đâu?*
Call the fire department!	*Hãy gọi cứu hỏa!*
Call the police!	*Hãy gọi công an!*
Call an ambulance!	*Hãy gọi xe cứu thương!*
Where's the nearest phone?	*Trạm điện thoại gần nhất ở đâu?*
Could I use your phone?	*Cho tôi dùng điện thoại của anh (m.)/chị (f.) được không?*
What's the emergency number?	*Điện thoại khẩn cấp số mấy?*
What's the number for the police?	*Gọi công an số mấy?*

14.2 Lost items

Key Vocabulary

lost	Lost and Found office	missing	to report
bị mất	*phòng hành lý thất lạc*	*thiếu*	*đi báo*

I've lost my wallet/purse.	*Tôi bị mất bóp/ví.*
I've lost my digital camera.	*Tôi bị mất máy ảnh số.*
I've left my cell phone on the train/bus.	*Tôi để quên điện thoại cầm tay trên tàu/xa buýt.*
I lost my...here yesterday.	*Tôi mất...của tôi ở đây/hôm qua.*
I left my...here.	*Tôi để...của tôi ở đây.*
Did you find my...?	*Anh (m.)/Chị (f.) có thấy...của tôi không?*
It was right here.	*Nó nằm ngay đây.*

It's very valuable. **Nó quý lắm.**

Where's the Lost and Found office? **Văn phòng hành lý thất lạc bị mất ở đâu?**

14.3 Accidents

Key Vocabulary

accident **tai nạn**	serious **nghiêm trọng/nặng**	burns **bỏng**	flames **lửa**
injured/hurt **bị thương/đau**		fire **cháy**	smoke **khói**

There's been an accident. **Có tai nạn.**

Someone's fallen into the water. **Có người bị ngã xuống nước.**

There's a fire. **Có cháy.**

Is anyone hurt? **Có ai bị thương không?**

Nobody/someone has been injured. **Không ai/có người bị thương.**

Someone's still trapped inside the car/train. **Có người vẫn còn kẹt trong xe/ xe lửa.**

It's not too bad. **Không đến nỗi tệ lắm.**

Don't worry. **Đừng lo.**

Leave everything the way it is, please. **Xin để yên mọi thứ như vậy.**

I want to talk to the police first. **Tôi muốn nói chuyện với cảnh sát trước đã.**

I want to take a photo first. **Tôi muốn chụp hình trước đã.**

Here's my name and address. **Đây là tên và địa chỉ của tôi.**

May I have your name and address? **Xin cho tôi tên và địa chỉ của anh** (m.)/**chị** (f.)**.**

Could I see your identity card/your insurance papers?	*Cho tôi xem giấy tờ tùy thân/ giấy tờ bảo hiểm của anh* (m.)/ *chị* (f.).
Will you act as a witness?	*Anh* (m.)/*Chị* (f.) *làm chứng được không?*
I need this information for insurance purposes.	*Tôi cần những thông tin này để lo chuyện bảo hiểm.*
Are you insured?	*Anh* (m.)/*Chị* (f.) *có bảo hiểm không?*
Third party or all inclusive?	*Trách nhiệm dân sự hay gồm tất cả?*
Could you sign here, please?	*Xin ký tên ở đây.*

Theft

Vietnam remains a relatively safe destination for tourists in Southeast Asia. Crime rates are low, the most common crimes are non-violent burglary crimes in areas frequented by tourists and business travelers in the big cities. While visiting these areas, or any crowded places, visitors should be alert at all times and watch their surrounding—watching out for possible pickpocketing, purse slashing, bag snatching from pedestrians or scooter riders. Always keep your money out of sight and expensive digital items (cell phone, tablet, camera, etc.) out of reach, and you will be safe. Exercise extreme caution when you are on the pavements or crossing the streets, as pedestrians do not have right of way. Do not fall victim to street scams such as money exchange offers, street hawking, or illegal cab service. Ask your guide, hotel staff or any tour guide you meet along the way, and they will assist you with your need or deal with your concern.

Key Vocabulary

| cell phone | handbag | laptop computer | wallet |
| *điện thoại di động* | *xách tay* | *máy tính* | *bóp; ví* |

I've been robbed.	*Tôi bị cướp.*
My...has been stolen.	*...của tôi bị lấy cắp.*
My car's been broken into.	*Xe của tôi bị trộm.*
I've been pickpocketed.	*Tôi bị móc túi.*

14.5 Reporting a missing person

I've lost my child/ grandmother.	*Tôi bị lạc mất đứa con/bà của tôi.*
Could you help me find him/her?	*Xin giúp tôi tìm con tôi/bà của tôi.*
Have you seen a small child?	*Anh* (m.)/*Chị* (f.) *có thấy một đứa nhỏ?*
He's/She's...years old.	*Nó...tuổi.*
He/She's got...hair.	*Nó để tóc...*
– short/long	*– ngắn/dài*
– blond/red/brown/black/gray	*– tóc vàng/đỏ/nâu/đen/bạc*
– curly/straight/frizzy	*– quăn/thẳng/uốn*
– in a ponytail	*– để đuôi gà*
– in braids	*– thắt bím*
– in a bun	*– búi tóc*
He's/She's got blue/brown/ green eyes.	*Mắt của nó xanh dương/nâu/ xanh lá cây.*
He/She's wearing...	*Nó mặc...*
– swimming trunks/hiking boots	*– đồ bơi/giày đi bộ*
– with/without glasses	*– đeo/không đeo mắt kiếng*
– carrying/not carrying a bag	*– mang/không mang túi*
He/She is tall/short.	*Nó cao/thấp.*

This is a photo of him/her.   *Đây là hình của nó.*

He/She must be lost.   *Chắc là nó bị lạc.*

14.6 At the police station

An arrest

Xin cho xem giấy tờ (xe).	Your (vehicle) documents, please.
Ông (m.)/*Bà* (f.) *chạy quá tốc độ.*	You were speeding.
Ông (m.)/*Bà* (f.) *không được phép đậu xe ở đây.*	You're not allowed to park here.
Đèn xe của ông (m.)/*bà* (f.) *không sáng.*	Your lights aren't working.
Vậy ông (m.)/*bà* (f.) *bị phạt tiền.*	That's a fine.
Ông (m.)/*Bà* (f.) *muốn trả ngay bây giờ không?*	Do you want to pay now?
Ông (m.)/*Bà* (f.) *sẽ phải trả tiền bây giờ.*	You'll have to pay now.

I don't speak Vietnamese.   *Tôi không nói tiếng Việt.*

I didn't see the sign.   *Tôi không thấy bảng hiệu đó.*

I don't understand what it   *Tôi không hiểu ý nghĩa của nó.*
says.

I was only doing...   *Tôi chỉ đang chạy...cây số một*
kilometers an hour.   *giờ.*

I'll have my car checked.   *Tôi sẽ cho kiểm soát lại xe của*
                                     tôi.

I was blinded by oncoming   *Tôi bị choá mắt vì đèn xe ngược*
lights.   *chiều.*

The interview

Nó đã xảy ra ở đâu?	Where did it happen?
Cái gì bị mất?	What's missing?
Cái gì bị lấy?	What's been taken?
Cho tôi xem giấy tờ tùy thân của ông (m.)/*bà* (f.).	Could I see your identity card/ some identification?
Việc này xảy ra lúc mấy giờ?	What time did it happen?
Có ai làm chứng không?	Are there any witnesses?
Ký tên ở đây.	Sign here, please.
Anh (m.)/*Chị* (f.) *có cần thông dịch viên không?*	Do you want an interpreter?

I want to report a collision/ missing person/rape.	*Tôi muốn trình báo một vụ đụng xe/một người mất tích/một vụ hãm hiếp.*
Could you make a statement, please?	*Anh* (m.) /*Chị* (f.) *hãy làm tờ trình.*
Could I have a copy for the insurance?	*Cho tôi một bản để gửi cho công ty bảo hiểm.*
I've lost everything.	*Tôi mất hết mọi thứ.*
I've no money left, I'm desperate.	*Tôi không còn tiền, tôi rầu lắm.*
Could you lend me a little money?	*Xin cho tôi mượn một ít tiền.*
I'd like an interpreter.	*Tôi cần có một thông dịch viên.*
I'm innocent.	*Tôi vô tội.*
I don't know anything about it.	*Tôi không biết gì về chuyện đó cả.*
I want to speak to someone from the American embassy.	*Tôi muốn nói chuyện với người của đại sứ quán Mỹ.*
I want a lawyer who speaks...	*Tôi cần một luật sư nói tiếng...*

15. English–Vietnamese Dictionary

The following word list is meant to supplement the chapters in this book. Some of the words not on this list can be found elsewhere in this book. Food items can be found on pages 57-59, parts of a car on pages 66-67 and the parts of a bicycle on pages 70-71.

A

a quarter (weight) *một phần tư ounce (7 gr)*

a year ago *một năm trước*

about *khoảng*

above *trên*

abroad *ở nước ngoài*

access code *mã truy cập*

accident *tai nạn*

adaptor *máy biến điện*

address *địa chỉ*

admission *vào cửa*

admission price *vé/phí vào cửa*

admission ticket *vé vào cửa*

adult *người lớn*

advance order *đặt trước*

advice *lời khuyên*

aeroplane *máy bay*

after *sau; sau khi*

afternoon *buổi chiều*

aftershave *dầu thơm cạo râu*

again *lại, nữa*

against *ngược lại, chống*

age *tuổi*

AIDS *bệnh liệt kháng*

air conditioning *máy lạnh*

air mattress *nệm hơi*

airmail *thư gửi máy bay*

airplane *máy bay*

airport *sân bay*

airport security *an ninh sân bay*

alarm *báo động*

alarm clock *đồng hồ báo thức*

alcohol *rượu*

alcoholic drinks *đồ uống có cồn*

all day *suốt ngày*

all the time *luôn luôn*

allergy *dị ứng*

alone *một mình*

altogether *tất cả*

always *luôn luôn*

ambulance *xe cứu thương*

America *Mỹ, Hoa Kỳ*

American *người Mỹ*

amount **số lượng**

amusement park **công viên giải trí**

anesthetic (general) **thuốc mê**

anesthetic (local) **thuốc tê**

angry **tức giận**

animal **động vật**

ankle **mắt cá chân**

answer **trả lời**

ant **kiến**

antibiotics **thuốc kháng sinh**

antique **cổ xưa**

antiques **đồ cổ**

antiseptic **sát trùng**

anus **hậu môn**

apartment **căn hộ**

aperitif **rượu khai vị**

apologies **lời xin lỗi**

App **phần mềm ứng dụng App**

apple **táo**

apple juice **nước táo**

application **ứng dụng**

appointment **lịch hẹn, hẹn trước**

April **tháng Tư**

architecture **ngành kiến trúc**

area **khu**

area code **mã vùng**

arm **cánh tay**

arrange **sắp xếp**

arrive **đến**

arrow **mũi tên**

art **mỹ thuật**

art gallery **phòng tranh nghệ thuật**

artery **động mạch**

article **bài báo, món đồ**

artificial respiration **hô hấp nhân tạo**

ashtray **cái gạt tàn**

ask **hỏi**

ask for **hỏi, xin**

aspirin **thuốc atpirin**

assault **tấn công**

assorted **gồm nhiều loại**

@ (email address) **a còng (tại–địa chỉ email)**

at home **ở nhà**

at night **ban đêm**

at the back **ở phía sau**

at the front **ở phía trước**

at the latest **mới nhất**

ATM card **thẻ rút tiền mặt/ATM**

attire **trang phục**

aubergine **cà tím**

August **tháng Tám**

Australia **Úc Đại Lợi**

Australian **người Úc**

automatic **tự động**

autumn **mùa Thu**

awake **thức giấc**

awning **bạt, mái che**

B

baby **em bé**

baby food **thức ăn trẻ em**

babysitter **người giữ trẻ**

back (part of body) **lưng**

back (rear) **phía sau**

backpack **ba lô**

backpacker **du khách ba lô**

bad (rotting) **hư, xấu**

bad (terrible) **ghê gớm**

badminton **cầu lông**

bag **túi**

baggage claim **băng chuyền/ nơi nhận lại hành lý gửi**

baker **thợ làm bánh mì**

balcony **ban công**

ball **trái banh**

ballpoint pen **bút bi**

banana **chuối**

bandage **băng**

bandaids **băng cá nhân**

bangs **tóc mái ngang trán**

bank (finance) **ngân hàng**

bank (river) **bờ (sông)**

bar (café) **quán bar**

barbecue **món nướng**

basketball **bóng rổ**

bath **tắm rửa**

bath towel **khăn tắm**

bathmat **tấm lót chân tắm**

bathrobe **áo khoác tắm**

bathroom **phòng tắm**

battery **pin, bình điện**

beach **bãi biển**

beans **đậu**

beautiful **đẹp**

bed **giường**

bedding **chăn ga gối**

bee **ong**

beef **thịt bò**

beer **bia**

begin **bắt đầu**

behind **sau, đằng sau**

belt **dây nịt**

berth **giường nằm (toa tàu)**

better (to get) **tốt hơn, khoẻ hơn**

bicycle **xe đạp**

bikini **áo tắm hai mảnh**

bill **hoá đơn**

billiards **bi da**

birthday **sinh nhật**

biscuit **bánh bích quy**

bite **cắn**

bitter **đắng**

black **đen**

black and white **trắng đen**

black eye **mắt thâm**

bland (taste) **nhạt nhẽo**

blanket **mền, chăn**

bleach **tẩy trắng**

bleed **chảy máu**

blind (can't see) **mù (mắt)**

blinds (on window) **màn sáo (cửa sổ)**

blister **nốt phồng rộp**

blogging **viết blog**

blond **tóc vàng**

blood **máu**

blood pressure **huyết áp**

bloody nose **chảy máu cam**

blouse **áo khoác ngắn, áo sơ mi nữ**

blue **xanh dương**

boarding pass **thẻ lên máy bay**

boat **thuyền**

body **thân, mình**

boiled **sôi; luộc**

bone **xương**

book **sách**

booked, reserved **đã giữ chỗ, đặt chỗ**

booking office **văn phòng bán vé**

bookshop **tiệm sách**

border **biên giới**

bored **bị chán**

boring **(làm cho) chán**

born **sinh ra**

borrow **mượn**

botanic gardens **vườn bách thảo**

both **cả hai**

bottle (baby's) **bình (sữa trẻ em)**

bottle (wine) **chai (rượu)**

bottle-warmer **máy ủ nóng bình sữa**

box **hộp**

box office **quầy bán vé**

boy **con trai**

boyfriend **bạn trai**

bra **áo ngực/nịt ngực**

bracelet **vòng đeo tay**

braised **nấu hầm**

brake **thắng/phanh**

brake oil **dầu thắng/phanh**

bread **bánh mì**

break **bể, vỡ**

breakfast **điểm tâm**

breast **ngực**

breast milk **sữa mẹ**

bridge **cầu**

briefs **quần lót**

bring **mang theo**

brochure **tập sách hướng dẫn**

broken **bị bể, bị vỡ**

bronze **đồng thau**

broth **nước xúp**

brother **anh, em trai**

brown **nâu**

browser (computer) **trình duyệt**

bruise **vết bầm**

brush **chải, đánh**

bucket **thùng, xô**

buffet **ăn tự chọn món**

bugs **bọ**

building **toà nhà**

bun **chiếc bánh nhỏ**

burglary **vụ đột nhập**

burn (injury) **bỏng/phỏng**

burn (verb) **cháy, đốt**

burnt **bị cháy, bị đốt, bị phỏng**

bus **xe buýt/xe đò/xe ca**

bus station **bến xe buýt/xe đò/xe ca**

bus stop **bến xe buýt/xe đò/xe ca**

bus ticket **vé xe buýt**

business card **danh thiếp**

business class **hạng doanh nhân**

business trip **chuyến đi công tác**

busy (schedule) **bận rộn**

busy (traffic) **đông đúc**

butane, natural gas **ga, khí đốt**

butcher **người bán thịt**

butter **bơ**

button **nút/khuy**

by airmail **gửi bằng đường máy bay**

by phone **bằng điện thoại**

C

cabbage **bắp cải**

cabin **phòng nhỏ, buồng lái**

cabin luggage **hành lý trên khoang**

cake **bánh ngọt**

call (phonecall) **cuộc điện thoại**

call (to phone) **gọi điện thoại**

called **gọi là**

camera **máy ảnh/chụp hình**

camping **cắm trại**

can opener **đồ mở/khui hộp**

cancel **hủy bỏ**

candle **nến, đèn cầy**

candy **kẹo**

car **xe hơi, xe ô tô**

car documents **giấy tờ xe**

car rental shop **chỗ thuê xe ô-tô**

car seat (child's) **ghế ngồi (cho trẻ nhỏ)**

car trouble **trục trặc xe cộ**

cardigan **áo khoác len**

careful **cẩn thận**

carpet **thảm**

carriage **xe, toa xe**

carrot **cà rốt**

cartridge **cuộn băng**

cash **tiền mặt**

cash card **thẻ rút tiền mặt**

cash desk **quầy tính tiền**

cash machine **máy rút tiền**

casino **sòng bạc**

cassette **băng ghi âm**

cat **mèo**

catalogue **vựng tập/catalô**

cauliflower **rau súp-lơ**

cause **nguyên nhân**

cave **hang, động**

CD **đĩa CD**

CD ROM **đĩa CD ROM**

celebrate **ăn mừng, kỷ niệm**

cell phone **điện thoại di động**

cemetery **nghĩa địa**

center (middle) **ở giữa, trung tâm**

center (of city) **trung tâm (thành phố)**

centimeter **xăng ti mét**

central heating **máy sưởi trung tâm**

central locking **khoá trung tâm**

certificate **chứng chỉ**

chair **ghế**

chambermaid **cô dọn phòng**

champagne **rượu champagne**

change (coins, small notes) **đổi tiền**

change (money) **tiền lẻ**

change (trains) **đổi (tàu)**

change, swap **đổi, trao đổi**

change the baby's diaper **thay tã em bé**

change the oil **thay nhớt**

charge/fee **cước phí**

charger **bộ xạc pin**

charter flight **chuyến bay thuê bao**

chat **tán gẫu/chat**

check (verb) **kiểm, soát**

check, bill **hoá đơn**

check in **nhận phòng** (hotel)/ **làm thủ tục lên máy bay** (airport)

check out **trả phòng** (hotel)

checked luggage **hành lý ký gửi/đã kiểm soát**

cheers! **chúc sức khoẻ!**

cheese **phó mát/phô mai**

chef **đầu bếp**

chef's recommendation **món đặc biệt do đầu bếp chọn**

chess **cờ**

chewing gum **kẹo cao su**

chicken **thịt gà**

child **em nhỏ**

child's seat (in car) **ghế ngồi trẻ em**

chilled **ướp lạnh**

chin **cằm**

chocolate **sô cô la**

choose **chọn lựa**

chopstick **đũa**

church **nhà thờ**

church service **lễ nhà thờ**

cigar **xì gà**

cigarette **thuốc lá**

circle **vòng tròn**

circus **gánh xiếc**

citizen **công dân**

city **thành phố**

clean **sạch**

clean (verb) **lau, dọn**

clearance (sale) **bán hạ giá**

clinic **trạm xá**

clock **đồng hồ**

closed **đóng cửa**

closed off (road) **(đường) cấm lưu thông**

clothes **quần áo**

clothes dryer **máy sấy quần áo**

clothes hanger **móc áo**

clothing **quần áo**

clutch (car) **bộ am ray da/côn ly hợp**

coat (jacket) **áo vét**

coat (overcoat) **áo khoác**

cockroach **con gián**

cocoa **ca cao**

coffee **cà phê**

cold (not hot) **lạnh (không nóng)**

cold, flu **cảm lạnh, cúm**

collar **cổ áo**

collarbone **xương đòn**

colleague **đồng nghiệp**

collision **đụng chạm, đụng xe**

cologne **dầu thơm**

color **màu**

colored **có màu**

coloring **nhuộm tóc**

comb **cái lược**

come **tới, đến**

come back **trở về, trở lại**

compartment **toa xe/toa tàu**

complaint **khiếu nại**

completely **hoàn toàn**

compliment **khen ngợi**

computer **máy vi tính**

computer games **trò chơi điện tử**

concert **buổi hoà nhạc**

concert hall **phòng hoà nhạc**

concierge **người trực khách sạn**

concussion **chấn thương não**

condensed milk **sữa đặc**

condom **bao cao su**

confectionery **tiệm bánh mứt**

congratulations! **chúc mừng!**

connection (transport) **chuyển tiếp**

constipation **bệnh táo bón**

consulate **lãnh sự quán**

consultation (by doctor) **khám bệnh**

contact lens **kính áp tròng**
contagious **lây**
contraceptive **ngừa thai**
contraceptive pill **thuốc viên ngừa thai**
cook (person) **người nấu bếp**
cook (verb) **nấu**
cookie **bánh quy**
copper **đồng**
copy **bản sao**
corkscrew **đồ mở nút chai**
corner **góc**
cornflower **bột bắp**
correct **đúng**
correspond **giao tiếp thư tín**
corridor **hành lang**
cosmetics **mỹ phẩm**
costume **bộ quần áo**
cot **nôi**
cotton **vải bông**
cotton wool **vải len**
cough **bệnh ho**
cough (verb) **ho**
cough syrup **thuốc xi rô trị ho**
counter **quầy**
country (nation) **quốc gia**
country (rural area) **miền quê**
country code **mã quốc gia**
courgetti **bí ngọt**
course of treatment **quy**

trình/phác đồ điều trị
cousin **anh chị em họ**
crab **cua**
cracker **bánh giòn**
cream **kem**
credit card **thẻ tín dụng**
crime **tội ác**
crockery **chén dĩa ly**
cross (road, river) **lối qua (đường, sông)**
crossroad **ngã tư**
crutch **nạng**
cry **khóc, la**
cubic meter **mét khối**
cucumber **dưa chuột**
cuddly toy **đồ chơi nhồi bông**
cuff **cổ tay áo**
cufflinks **nút gài cổ tay áo**
cup **tách**
curly **quăn**
currency **tiền mặt**
current (electric) **dòng điện**
cursor (computer) **con trỏ**
curtains **màn che**
cushion **gối đệm**
custom **phong tục**
customs **hải quan**
cut (injury) **vết cắt**
cut (verb) **cắt**
cutlery **dao muỗng nĩa**

cybercafé **quán cà phê internet**

cycling **đạp xe đạp**

D

dairy products **sản phẩm từ sữa**

damage **sự thiệt hại**

dance **khiêu vũ**

dandruff **gàu**

danger **sự nguy hiểm**

dangerous **nguy hiểm**

dark **tối**

date **ngày tháng**

date of birth **ngày sinh**

daughter **con gái**

day **ngày**

day after tomorrow **ngày kia/ mốt**

day before yesterday **hôm kia**

day trip **chuyến trong ngày**

dead **chết**

deaf **điếc**

decaffeinated **không có chất cà phê**

December **tháng Mười hai**

declare (customs) **khai báo (hải quan)**

deep **sâu**

deep freeze **đông lạnh**

deep-sea diving **lặn biển sâu**

defecate **đại tiện, phóng uế**

degrees **độ**

delay **chậm trễ/trì hoãn**

delicious **ngon**

dentist **nha sĩ**

dentures **răng giả**

deodorant **dầu thơm khử mùi**

department store **tiệm bách hoá**

departure **khởi hành**

departure time **giờ khởi hành**

depilatory cream **kem làm rụng lông**

deposit (for safekeeping) **gởi**

deposit (in bank) **nạp tiền vào tài khoản (ngân hàng)**

desert **sa mạc**

dessert **thức ăn tráng miệng**

destination **nơi đến**

detergent **xà phòng nước**

develop (photo) **rọi ảnh**

diabetic **tiểu đường**

dial **quay số**

dial (a phone) **bấm số**

diamond **kim cương/hột xoàn**

diaper **tã lót**

diarrhea **bệnh tiêu chảy**

dictionary **từ điển**

diesel oil **dầu ma-zút/diezel**

diet **việc ăn kiêng**

difficulty **sự khó khăn**

digital camera **máy ảnh kỹ thuật số**

dining car **toa hàng ăn**

dining room **phòng ăn**

dinner **bữa ăn tối**

direct **trực tiếp, thẳng**

direct flight **chuyến bay thẳng**

directly **trực tiếp**

dirty **dơ**

disabled **tật nguyền**

disco **nhảy disco**

discount **giảm giá**

discounted fare **cước giảm giá**

dish **đĩa, món ăn**

dish of the day **món ăn trong ngày**

disinfectant **thuốc/dầu khử trùng**

distance **khoảng cách**

distilled water **nước lọc**

disturb **gây rối, làm phiền**

disturbance **sự gây rối, làm phiền**

dive **lặn**

diving **môn lặn**

diving board **ván nhún (nhảy cầu)**

diving gear **bộ đồ lặn**

divorced **ly dị**

dizzy **chóng mặt**

do **làm**

do not disturb **đừng làm phiền**

do-it-yourself store **tiệm bán đồ tự làm lấy**

doctor **bác sĩ**

dog **con chó**

doll **búp bê**

domestic **nội địa/quốc nội**

done (cooked) **chín**

door **cửa**

dot (webpage) **chấm (địa chỉ trang mạng)**

double **đôi**

down **xuống, dưới**

download (computer) **tải về**

drapes **khăn trải giường**

draught **khô; (bia) hơi**

dream (verb) **mơ, nằm mơ**

dress **áo dài** (Vietnamese style)/**áo đầm** (Western style)

dressing gown **áo khoác mặc ở nhà**

dressing table **bàn phấn**

drink (alcoholic) **rượu bia**

drink (refreshment) **thức uống**

drink (verb) **uống**

drinking water **nước uống**

drive **lái xe**

driver **tài xế**

driver's license **bằng lái xe**

drops (medicine) **thuốc nhỏ**

drugstore **hiệu thuốc**

drunk **say rượu**

dry **khô**

dry (verb) **lau khô, làm khô**

dry-clean **hấp tẩy**

dry-cleaners **thợ hấp tẩy quần áo**

duck **con vịt, thịt vịt**

during **trong lúc**

during the day **(vào lúc) ban ngày**

duty (tax) **thuế**

duty-free goods **hàng miễn thuế**

duty-free shop **tiệm miễn thuế**

E

ear **tai**

ear drops **thuốc nhỏ tai**

earache **đau tai**

earbud **tai nghe**

early **sớm**

earrings **bông tai**

earth **trái đất, đất**

earthenware **đồ sứ**

east **đông, phía đông**

easy **dễ**

eat **ăn**

e-book **sách điện tử**

e-booking/reservation **đặt/ mua vé qua mạng**

economy class **hạng bình dân**

eczema **bệnh chàm/eczema**

eel **con lươn**

egg **trứng**

eggplant **quả cà**

electric **điện, chạy điện**

electricity **điện**

electronic **điện tử**

electronics shop **tiệm bán đồ điện tử**

elephant **con voi**

elevator **thang máy**

email **thư điện tử/e-mail**

embassy **sứ quán**

embroidery **hàng thêu**

emergency **cấp cứu**

emergency brake **phanh/ thắng khẩn cấp**

emergency exit **lối ra khẩn cấp**

emergency phone **điện thoại khẩn cấp**

emery board **thanh giũa móng**

emperor **hoàng đế**

empress **hoàng hậu**

empty **trống, không, rỗng**

engaged (on the phone) **bận**

engaged (to be married) **đính hôn**

England **Anh quốc**

English **tiếng Anh, người Anh**

enjoy *thưởng thức, thích*

enquire *hỏi, thắc mắc*

envelope *phong bì/bao thư*

e-payment *trả tiền điện tử*

escalator *thang cuốn*

escort *tháp tùng*

essential *thiết yếu*

e-ticket *vé điện tử*

evening *buổi tối*

evening wear *dạ phục*

event *sự việc, biến cố*

everything *mọi thứ*

everywhere *khắp nơi*

examine *khám, xét*

excavation *khai quật/đào bới*

excellent *tuyệt hảo*

exchange *trao đổi*

exchange office *văn phòng đổi tiền/hối đoái*

excursion *cuộc du ngoạn*

exhibition *cuộc triển lãm*

exit *lối ra*

expenses *chi tiêu*

expensive *đắt, mắc*

explain *giải thích*

express *trình bày; nhanh*

express mail *thư nhanh*

extension (telephone) *số máy lẻ (điện thoại)*

external *bên ngoài*

eye *mắt*

eye drops *thuốc nhỏ mắt*

eye specialist *chuyên gia nhãn khoa*

F

fabric *vải*

face *mặt*

face recognition function *chức năng tự động nhận mặt*

factory *hãng; xưởng*

fall (season) *mùa thu*

fall (verb) *rơi*

family *gia đình*

famous *nổi tiếng*

fan *quạt*

far away *xa xôi*

fare *cước phí*

farm *nông trại*

farmer *nông dân*

fashion *thời trang*

fast *nhanh*

father *cha*

father-in-law *cha chồng, cha vợ*

fault *lỗi*

fax *fax*

February *tháng Hai*

feel *cảm thấy*

feel like *cảm thấy như*

fence *hàng rào*

ferry *phà*

fever **sốt**

fiancé **hôn phu**

fiancée **hôn thê**

fill **đổ đầy**

fill out (form) **điền**

filling (dental) **trám răng**

filling (in food) **nhân**

film (cinema) **phim xi nê**

film (photo) **phim chụp hình**

filter **lọc/đồ lọc**

filter cigarette **thuốc lá đầu lọc**

fine (good) **tốt**

fine (penalty) **phạt tiền**

finger **ngón tay**

fire **lửa, đám cháy**

fire alarm **báo động có cháy**

fire department **sở cứu hỏa**

fire escape **lối thoát khi cháy**

fire extinguisher **bình chữa cháy**

first **đầu tiên, thứ nhất**

first aid **sơ cứu**

first class **hạng nhất**

fish **cá**

fish (verb) **câu cá**

fishing rod **cần câu**

fitness club **câu lạc bộ thể hình**

fitness training **tập thể hình**

fitting room **phòng thử quần áo**

fix (puncture) **sửa (lốp xe)**

flag **cờ**

flash (camera) **đèn chớp/ flash**

flashlight **đèn nháy**

flatulence **đầy bụng**

flavor **vị, hương vị**

flavoring **tạo mùi vị**

flea **con bọ chét**

flea market **chợ trời**

flight **chuyến bay**

flight number **số chuyến bay**

flood **lụt**

floor **sàn nhà**

flour **bột**

flu **bệnh cúm**

flu shots **tiêm phòng cúm**

flush **xả nước**

fly (insect) **ruồi**

fly (verb) **bay**

fog **sương mù**

foggy **sương mù**

folklore **chuyện dân gian**

follow **theo**

food (groceries) **thực phẩm**

food (meal) **món ăn**

food court **khu vực bán thức ăn**

food poisoning **ngộ độc thực phẩm**

foot **bàn chân**

foot brake **thắng chân/phanh chân**

forbidden **bị cấm**

forehead **trán**

foreign **nước ngoài**

forget **quên**

fork **nĩa** (utensil), **càng xe** (bike)

form **mẫu đơn/hình thức**

formal dress **quần áo trang trọng**

forward (letter) **gửi tiếp**

fountain **bồn phun nước**

frame **khung**

free (no charge) **miễn phí**

free (unoccupied) **trống**

free seating **chỗ ngồi tự chọn**

free time **giờ tự do**

freeze **đông lạnh**

french fries **khoai tây chiên**

fresh **tươi**

Friday **thứ Sáu**

fried **chiên**

friend **bạn**

friendly **thân thiên**

frightened **sợ**

fringe (hair) **lọn (tóc)**

frozen **đông lạnh**

fruit **trái cây**

fruit juice **nước trái cây**

frying pan **chảo**

full **đầy**

fun **vui vẻ**

funeral **đám tang**

G

gallery **phòng triển lãm**

game **trò chơi**

garage (car repair) **tiệm sửa xe**

garbage **rác**

garden **vườn**

garlic **tỏi**

garment **quần áo**

gas (for heating) **khí đốt, ga**

gas station **trạm xăng**

gasoline **khí đốt** (for heating, lighting), **xăng** (for cars)

gate **cổng**

gear (car) **hộp số (xe hơi)**

gem **đá quý**

gender **giống, phái tính**

get off **xuống xe/tàu...**

get on **lên xe/tàu...**

gift **quà**

ginger **gừng**

girl **con gái**

girlfriend **bạn gái**

given name **tên**

glass (for drinking) **ly**

glass (material) **thủy tinh**

glasses **mắt kiếng**

gliding **lướt**

glossy (photo) **láng**

gloves **găng/bao tay**

glue **keo**

gnat **muỗi mắt**

go **đi**

go back **quay lại**

go out **đi ra**

gold **vàng**

golf **(môn) đánh gôn**

golf course **sân gôn**

Good afternoon **chào... (buổi chiều)**

Good evening **chào... (buổi tối)**

Good morning **chào... (buổi sáng)**

Good night **chúc ngủ ngon**

Goodbye **tạm biệt**

goose **con ngỗng**

GPS **máy định vị vệ tinh**

grade crossing **chỗ đường xe lửa băng ngang**

gram **gam**

grandchild **cháu**

granddaughter **cháu gái**

grandfather **ông**

grandmother **bà**

grandparent **ông bà**

grandson **cháu trai**

grape juice **nước nho**

grapes **nho**

grave **nghiêm trọng**

graze (injury) **vết trầy**

greasy **nhầy/nhiều dầu**

green **xanh lá cây**

greengrocer **người bán rau quả**

greeting **chào hỏi**

grey **xám**

grey-haired **bạc (tóc)**

grilled **nướng**

grocer **người bán thực phẩm**

groceries **thực phẩm**

group **nhóm**

group activity **hoạt động theo nhóm**

guesthouse **nhà khách**

guide (book) **tập sách hướng dẫn**

guide (person) **hướng dẫn viên**

guided tour **du lịch có người hướng dẫn**

guilty **có tội**

gym **trung tâm thể dục**

gynecologist **bác sĩ phụ khoa**

H

hacker **tin tặc/hacker**

hair **tóc** (on the head)/**lông** (on the body)

hair bonding **nối tóc**

hairbrush **lược**

haircut **cắt tóc/kiểu tóc**

hairdresser **thợ cắt tóc**

hairdryer **máy sấy tóc**

hairspray **thuốc xịt tóc**

hairstyle **kiểu tóc**

half **một nửa**

half full **đầy một nửa**

hammer **cái búa**

hand **bàn tay**

hand brake **thắng tay**

hand luggage **hành lý xách tay**

hand towel **khăn mặt**

handbag **xách tay**

handkerchief **khăn tay**

handmade **làm bằng tay**

happy **hạnh phúc**

harbor **hải cảng**

hard (difficult) **khó khăn**

hard (firm) **cứng**

hardware store **tiệm bán dụng cụ**

hat **mũ, nón**

hay fever **bệnh dị ứng hoa cỏ**

head **đầu**

headache **bệnh đau đầu**

headlights **đèn pha**

health food shop **tiệm thức ăn bổ dưỡng**

healthy **khoẻ mạnh**

hear **nghe**

hearing aid **dụng cụ trợ thính**

heart **tim**

heart attack **đột quỵ/nghẽn tim**

heat **nhiệt/sức nóng**

heater **lò sưởi**

heavy **nặng**

heel (of foot) **gót chân**

heel (of shoe) **gót giày**

Hello **Xin chào**

help **giúp**

helping (of food) **phần**

hem **lai/viền gấu**

herbal tea **trà dược thảo**

herbs **cây thuốc**

here **ở đây**

high **cao**

high chair **ghế cao**

high-definition **độ phân giải cực cao**

high tide **thủy triều lên**

highlight **nhuộm điểm hi-light**

highway **xa lộ**

hiking **đi bộ xuyên núi**

hiking boots **giày đi bộ**

hip **hông**

hire **mướn**

hitchhike **xin quá giang**

hobby **sở thích/giải trí**

holdup **vụ cướp, chỗ kẹt xe**

holiday (festival) **ngày hội**

holiday (public) **ngày lễ**

holiday (vacation) **kỳ nghỉ**

homesick **nhớ nhà**

honest **chân thật**

honey **mật ong**

horizontal **ngang**

horrible **kinh khủng**

horse **ngựa**

hospital **nhà thương/bệnh viện**

hospitality **lòng hiếu khách**

hot (bitter, sharp) **cay**

hot (warm) **nóng**

hot spring **suối nước nóng**

hot-water bottle **bình nước nóng**

hotel **khách sạn**

hour **giờ**

house **nhà**

houses of parliament **quốc hội**

how? **cách nào?/như thế nào?**

how far? **bao xa?**

how long? **bao lâu?**

how many? **bao nhiêu?**

how much? **bao nhiêu?**

hundred grams **một trăm gam**

hungry **đói**

hurry **vội**

husband **chồng**

hut **chòi**

hybrid car **xe nguồn năng lượng, vừa điện vừa xăng**

I

ice cream **kem**

ice cubes **đá cục**

ice-skating **trượt băng**

iced **ướp đá, lạnh**

idea **ý tưởng**

identification (card) **giấy chứng minh**

identify **nhận diện**

ignition key **chìa khoá đề máy/công tắc**

ill **đau ốm**

illness **bệnh**

imagine **tưởng tượng**

immediately **ngay lập tức**

import duty **thuế nhập khẩu**

important **quan trọng**

impossible **không thể được**

improve **cải thiện**

in **trong**

in the evening **vào buổi tối**

in the morning **vào buổi sáng**

in-laws **bà con bên vợ/bên chồng**

included **có bao gồm (trong giá)**

including **gồm cả**

indicate **cho thấy**

indicator (car) **đồng hồ báo hiệu**

indigestion **khó tiêu**

indoor games **trò chơi trong nhà**

inexpensive **không đắt**

infection **sự nhiễm trùng**

infectious **nhiễm trùng**

inflammation **viêm**

information **thông tin**

information desk **quầy thông tin**

injections **chìch/tiêm**

injured **bị chấn thương**

inner tube **ruột/săm xe**

innocent **vô tội**

insect **côn trùng**

insect bite **vết côn trùng cắn**

insect repellent **thuốc đuổi côn trùng**

inside **bên trong**

instructions **chỉ dẫn**

insurance **bảo hiểm**

intermission **giờ nghỉ giải lao**

internal **trong, bên trong**

international **quốc tế**

Internet **mạng internet**

Internet café **cà phê internet**

interpreter **thông dịch viên**

intersection **ngã tư**

introduce oneself **tự giới thiệu**

invite **mời**

invoice **hoá đơn**

iodine **cồn i ốt**

Ireland **Ái Nhĩ Lan**

iron (for clothes) **bàn ủi/là**

iron (metal) **sắt**

iron (verb) **ủi/là**

ironing board **bàn để ủi quần áo**

island **đảo**

itch **ngứa**

J

jack (for car) **con đội/kích**

jacket **áo vét, áo khoác**

jackfruit **mít**

jam **mứt**

January **tháng Giêng**

jaw **hàm (răng)**

jeans **quần bò/gin**

jellyfish **sứa**

jeweler **thợ kim hoàn**

jewelry **đồ kim hoàn/trang sức**

job **công việc**

jog **chạy bộ**

joke **chuyện đùa**

journey **hành trình**

juice **nước trái cây**

July **tháng Bảy**

June **tháng Sáu**

junk mail **thư rác**

K

kerosene **dầu hoả**

key **chìa khoá**

key (on keyboard) **phím (bàn phím)**

keyboard (computer) **bàn phím**

kidney **thận**

kilogram **kí lô, cân/ký**

king **vua**

kiss **nụ hôn**

kiss (verb) **hôn**

kitchen **nhà bếp**

knee **đầu gối**

knife **dao**

knit **đan**

know **biết**

L

lace (fabric) **đăng-ten**

laces (for shoes) **dây giày**

ladder **thang**

lake **hồ**

lamb **cừu**

lamp **đèn**

LAN (Local Area Network) **mạng nội bộ**

land (ground) **đất**

land (verb) **đặt chân, hạ cánh**

lane (of traffic) **làn đường**

language **ngôn ngữ, tiếng nói**

language of instruction **dạy bằng tiếng**

laptop computer **máy tính xách tay**

large **lớn**

large size **số lớn**

last (final) **cuối**

last night **đêm qua**

lasting (endurance) **bền**

late **trễ**

later **lát nữa, sau này**

laugh **cười**

launderette **tiệm giặt**

laundry soap **xà phòng giặt**

law **luật**

lawyer **luật sư**

laxative **thuốc xổ**

leak **rò, rỉ**

leather **da**

leather goods **đồ da**

leave **rời khỏi**

left **bên trái**

left behind **để lại, bị bỏ lại đằng sau**

leg **chân**

leggings **tất dài, vớ dài**

leisure **rảnh rỗi**

lemon **chanh**

lend **cho mượn**

lens (camera) **ống kính (máy ảnh)**

less **ít hơn, kém**

lesson **bài học**

letter **lá thư, chữ**

lettuce **xà lách**

level crossing **chỗ có đường xe lửa chạy qua**

library **thư viện**

license **bằng**

lie (be lying) **nằm**

lie (falsehood) **nói dối**

lie down **nằm xuống**

lift (elevator) **thang máy**

lift (in car) **chở/cho quá giang**

light (lamp) **đèn**

light (not dark) **sáng**

light (not heavy) **nhẹ**

light bulb **bóng đèn**

lighter **hộp quẹt**

lightning **sấm chớp, tia chớp**

like (verb) **thích**

line **đường, dãy**

linen **vải lanh**

lining **vải lót**

liqueur **rượu mùi**

liquor store **tiệm rượu**

listen **lắng nghe**

liter **lít**

literature **văn học**

little (amount) **nhỏ, ít**

little (small) **nhỏ**

live (alive) **còn sống**

live (verb) **sống**

liver **gan**

lobster **tôm hùm**

local **địa phương**

local call **cuộc gọi nội địa**

lock **khoá; ổ khoá**

log off **thoát ra (tài khoản mạng)**

log on **đăng nhập (tài khoản mạng)**

log-in page **trang đăng nhập**

long **dài; lâu**

long-distance call **gọi điện thoại đường dài**

look at **nhìn**

look for **tìm**

look up **tìm kiếm**

lose **mất**

loss **sự tổn thất**

lost (can't find way) **lạc đường**

lost (missing) **mất**

Lost and Found office **phòng hành lý thất lạc**

lotion **dầu thơm**

loud **lớn**

love **tình yêu**

love (verb) **yêu**

low **thấp**

low tide **thủy triều thấp**

LPG **khí đốt ga lỏng LPG**

luck **sự may mắn**

luggage **hành lý**

luggage claims belt **băng chuyền hành lý**

luggage locker **tủ gửi hành lý**

lumps (sugar) **cục, miếng (đường)**

lunch **bữa trưa**

lungs **phổi**

M

madam **bà**

magazine **tạp chí**

mail (letters) **thư từ**

mail (verb) **gửi bưu điện**

main post office **bưu điện chính**

main road **đường chính**

make, create **làm, chế tạo**

make an appointment **lấy hẹn**

make love **làm tình**

makeshift **tạm**

makeup **sự trang điểm**

malware **phần mềm độc hại**

man **đàn ông**

manager **giám đốc**

mango **xoài**

manicure **làm móng tay**

many **nhiều**

map **bản đồ**

marble **đá cẩm thạch**

March **tháng Ba**

margarine **bơ margarine**

marina **cảng nhỏ**

marital status **tình trạng hôn nhân**

market **chợ; thị trường**

married **có gia đình**

martial arts **vũ thuật**

mass **đám đông; thánh lễ**

massage **xoa bóp**

mat (on floor) **thảm; chiếu**

mat (on table) **tấm lót bàn ăn**

match **trận đấu; người phù hợp**

matches **diêm**

matte (photo) **mờ**

May **tháng Năm**

maybe **có lẽ**

mayonnaise **sốt mayonnaise**

mayor **thị trưởng**

meal **bữa ăn**

mean **có nghĩa**

measure **đo**

measure out **đong**

measuring jug **hũ đong/ lường**

meat **thịt**

medication **thuốc điều trị**

medicine **thuốc**

meet **gặp**

medium size **số nhỡ**

melon **dưa**

member **hội viên, thành viên**

member of parliament **dân biểu/nghị viên**

membership card **thẻ hội viên**

mend **sửa**

menstruate **có kinh nguyệt**

menstruation **(kỳ) kinh nguyệt**

menu **thực đơn**

message **tin; thông điệp**

metal **kim loại**

metal detector **máy phát hiện kim loại/cổng từ**

meter (in taxi) **đồng hồ**

meter (measure) **mét**

migraine **bệnh thiên đầu thống**

mild (taste) **dịu, vừa phải**

milk **sữa**

millimeter **mi li mét**

mineral water **nước suối/ khoáng**

minute **phút**

mirror **gương**

miss (flight, train) **lỡ (tàu/xe)**

miss (loved one) **nhớ (người yêu)**

missing **lạc mất**

missing person **người mất tích**

mist **sương**

mistake **lỗi lầm**

mistaken **nhầm lẫn**

misty **nhiều sương**

misunderstanding **hiểu lầm**

mixcd **trộn lẫn**

mobile phone **điện thoại di động**

modern art **nghệ thuật hiện đại**

moment **lúc**

monastery **tu viện**

Monday **thứ Hai**

money **tiền**

money exchange **đổi tiền**

monkey **con khỉ**

month (calendar) **tháng**

moon **mặt trăng**

moped **xe gắn máy nhỏ**

mosquito **con muỗi**

mosquito net **mùng/màn**

motel **khách sạn nhỏ/motel**

mother **mẹ; má**

mother-in-law **mẹ vợ/chồng (N); má vợ/chồng (S)**

motorbike **xe gắn máy**

motorboat **thuyền gắn máy**

mountain **núi**

mountain hut **chòi trên núi**

mountain trekking **trèo núi**

mouse **con chuột**

mouse (computer) **chuột máy tính**

mouth **miệng**

movie theater **rạp chiếu phim**

MSG **bột ngọt; mì chính**

much **nhiều**

mud **bùn**

muscle **bắp thịt**

muscle spasms **chuột rút**

museum **viện bảo tàng**

mushrooms **nấm**

music **âm nhạc**

N

nail (finger) **móng tay**

nail (metal) **đinh**

nail file **đồ giũa móng tay**

nail scissors **kéo cắt móng tay**

naked **trần truồng**

nappy, diaper **tã**

nasal spray **lọ xịt mũi**

nationality **quốc tịch**

natural **tự nhiên**

nature **thiên nhiên**

nauseous **buồn nôn**

near **gần**

nearby **quanh đây**

necessary **cần thiết**

neck **cổ**

necklace **dây chuyền**

necktie **khăn quàng**

needle **kim**

negative (photo) **(phim) âm bản**

neighbor **hàng xóm**

nephew **cháu trai**

never **không bao giờ; chưa bao giờ**

new **mới**

news **tin tức**

news stand **sạp báo**

newspaper **báo**

next **kế tiếp**

next month **tháng sau**

next to **kế bên**

next year **năm sau**

nice (person) **tốt; dễ thương**

nice (pleasant) **tốt, vui, ngon**

niece **cháu gái**

night **đêm**

night duty **trực đêm**

nightclothes **quần áo mặc buổi tối**

nightclub **hộp đêm/vũ trường**

nightdress **quần áo ngủ**

nipple (bottle) **núm vú (bình sữa)**

no **không**

no entry **cấm vào**

no one **không một ai**

no, thank you **không, cảm ơn**

noise **tiếng ồn**

non-alcoholic drinks **đồ uống không có cồn**

nonstop (flight) **(bay) thẳng**

noodles **mì, bún**

normal **bình thường**

north **phía bắc**

nose **mũi**

nose drops **thuốc nhỏ mũi**

nosebleed **máu cam**

notebook **sổ tay**

notepad **tập giấy nhắn**

notepaper **giấy ghi chép**

nothing **không có gì**

November **tháng Mười một**

nowhere **không đâu cả**

number **số**

number plate **biển số**

nurse **y tá**

nuts **hạt**

O

occupation **nghề nghiệp**

October **tháng Mười**

off (gone bad) **hư/quá đát**

off (turned off) **tắt**

offer **cho/trả giá**

office **văn phòng**

oil **dầu**

oil level **mức dầu**

ointment **dầu xức**

okay **ô-kê, được**

old **cũ, già**

on (turned on) **mở**

on, at **vào lúc, tại**

on board **lên xe, tàu**

on the left **ở bên trái**

on the right **ở bên phải**

on the way **trên đường**

oncoming car **xe ngược chiều**

one way ticket **vó một chiều**

one-way traffic **đường một chiều**

onion **hành**

open **mở cửa**

open (verb) **mở**

opening hours **giờ làm việc**

operate (surgeon) **giải phẫu**

operator (telephone) **nhân viên tổng đài**

opposite **đối diện**

optician **nhân viên nhãn khoa**

orange (color) **màu cam**

orange (fruit) **(trái) cam**

order **đơn đặt hàng, lệnh, thứ tự**

order (verb) **đặt hàng, ra lệnh**

other **khác**

other side **phía kia, mặt kia**

outside **bên ngoài**

over there **ở đằng kia**

overpass **cầu vượt**

overseas **hải ngoại**

overtake **qua mặt**

oyster **sò**

P

packed lunch **thức ăn trưa mang theo**

page **trang**

pain **đau**

painkiller **thuốc giảm đau**

paint **vẽ; sơn**

painting (art painting) **bức tranh**

pajamas **đồ ngủ**

palace **dinh thự**

pan **chảo, xoong**

pane **tấm kiếng**

panties **đồ lót trẻ em**

pants **quần dài**

pantyhose **vớ dài**

papaya (tree and fruit) **đu đủ**

paper **giấy**

paraffin oil **dầu paraffin**

parasol **lọng; dù**

parcels **gói/bưu kiện**

pardon **tha thứ**

parents **cha mẹ**

park (verb) **đậu**

park, gardens **công viên, vườn hoa**

parking garage **bãi đậu xe**

parking space **chỗ đậu xe**

part (car-) **phụ tùng (xe)**

partner **bạn, người yêu**

party **tiệc**

passable (road) **(đường) đi được**

passenger **hành khách**

passionfruit **(trái) chanh dây/ leo**

passport **sổ hộ chiếu**

passport photo **hình hộ chiếu**

password **mật khẩu (đăng nhập)**

patient **bệnh nhân**

pay **trả tiền**

pay the bill **thanh toán (hóa đơn)**

peach **đào**

peanut **đậu phộng**

pear **lê**

pearl **ngọc trai**

peas **đậu**

pedal **bàn đạp** (noun), **đạp xe** (verb)

pedestrian crossing **lối người đi bộ qua đường**

pedicure **làm móng chân**

pen **cây viết, bút**

pencil **bút chì**

penis **dương vật**

penknife **dao bỏ túi/dao díp**

people **người**

pepper (black) **tiêu**

pepper (chilli) *ớt*

performance *biểu diễn*

perfume *nước hoa*

perhaps *có lẽ*

period (menstrual) *kỳ (kinh nguyệt)*

perm (hair) *uốn tóc*

permit *cho phép*

person *người*

personal *cá nhân*

pet *thú vật cảnh*

petrol *xăng*

petrol station *trạm xăng*

pharmacy *nhà thuốc*

phone *điện thoại*

phone (verb) *điện thoại*

phone booth *quầy gọi điện thoại*

phone card *thẻ điện thoại*

phone directory *niên giám điện thoại*

phone number *số điện thoại*

photo *hình chụp*

photocopier *máy phôtô*

photocopy *bản phôtô*

photocopy (verb) *chụp phôtô*

photo editing *(phần mềm) chỉnh sửa ảnh*

photography *chụp ảnh*

phrasebook *sách dạy đàm thoại*

pick up (come to) *đến*

pick up (go to) *đón*

picnic *du ngoạn*

pill (contraceptive) *thuốc viên (ngừa thai)*

pillow *gối*

pillowcase *bao gối*

pills, tablets *thuốc viên*

pin *ghim*

PIN number *mã số PIN*

pineapple *thơm/khóm/dứa*

pipe (plumbing) *ống nước*

pipe (smoking) *ống điếu/tẩu*

pipe tobacco *thuốc lá tẩu*

pity *lòng thương xót/tội nghiệp*

pixel (resolution) *pixel (đơn vị đo độ phân giải)*

place of interest *nơi tham quan, thắng cảnh*

plain (simple) *đơn giản*

plain (tasteless) *nhạt nhẽo*

plan (intention) *kế hoạch*

plan (map) *bản đồ*

plane *máy bay*

plant *cây*

plaster cast *bó bột*

plastic *nhựa dẻo*

plastic bag *bao nhựa*

plate *dĩa/đĩa*

platform *ke ga*

play (drama) *vở kịch*

play (verb) *chơi*

play golf *chơi gôn/cù*
play sports *chơi thể thao*
play tennis *chơi quần vợt*
playground *sân chơi*
playing cards *bộ bài*
pleasant *vui tươi*
please *xin vui lòng! làm vừa lòng*
pleasure *sự vui vẻ*
plug (electric) *chỗ cắm (điện)*
plum *mận*
pocket *túi*
pocketknife *dao bỏ túi*
point out *chỉ ra*
poisonous *độc*
police *cảnh sát/công an*
police officer *cảnh sát viên/ công an*
police station *đồn cảnh sát/ công an*
pond *hồ/ao*
pony *ngựa nhỏ*
popular *phổ biến*
population *dân số*
pork *thịt lợn/heo*
port *hải cảng*
porter (concierge) *người vác đồ/gác cửa (trực khách sạn)*
porter (for bags) *người khuân vác*
possible *có thể*

post (verb) *gửi qua bưu điện*
post office *bưu điện*
postage *cước bưu điện*
postbox *thùng gửi thư/hộp thư*
postcard *bưu thiếp, bưu ảnh*
postcode *mã thư tín*
postpone *hoãn lại*
potato *khoai tây*
potato chips *khoai tây chiên*
poultry *gia cầm*
powdered milk *sữa bột*
power outlet *ổ cắm điện*
prawn *tôm*
precious metal *kim loại quý*
precious stone *đá quý*
prepaid credit *tiền trả trước*
prefer *thích... hơn*
preference *sự ưa thích*
pregnant *có thai*
prescription *toa/đơn thuốc*
present (gift) *quà*
present (here) *có mặt*
press *báo chí*
pressure *sức ép*
price *giá*
previous month *tháng trước*
previous year *năm trước*
price list *bảng giá*
print (picture) *tấm hình/ảnh*
print (verb) *in; rọi (hình)*

priority seat **chỗ ngồi ưu tiên**

probably **có lẽ**

problem **vấn đề**

profession **nghề nghiệp chuyên môn**

profit **lợi nhuận**

program **chương trình**

pronounce **công bố**

propane **khí đốt propane**

pudding **bánh pudding**

pull **kéo**

pull a muscle **gồng**

pulse **mạch**

pure **tinh khiết, thuần túy**

purify **lọc**

purple **tím**

purse (for money) **bóp/ví**

purse (handbag) **túi xách**

push **đẩy**

puzzle **câu đố**

pyjamas **quần áo ngủ**

Q

quarter **một phần tư, quý** (3 months)

quarter of an hour **mười lăm phút**

queen **nữ hoàng**

question **câu hỏi; vấn đề**

quick **nhanh**

quiet **yên tĩnh**

R

radio **ra đi ô, đài truyền thanh**

railroad, railway **xe lửa, đường hoả xa**

rain **(cơn) mưa**

rain (verb) **mưa**

raincoat **áo mưa**

rape **hãm hiếp**

rapids **ghềnh thác**

rash **ban, mụn đỏ**

raw **sống, chưa nấu chín**

razor blade **lưỡi dao cạo**

read **đọc**

ready **sẵn sàng**

really **thật sự**

reason **lý do**

receipt **biên nhận**

reception desk **bàn tiếp tân**

recipe **công thức nấu**

reclining chair **ghế dựa**

recommend **đề nghị, giới thiệu**

rectangle **hình chữ nhật**

red **đỏ**

red wine **rượu vang đỏ**

reduction **sự giảm xuống**

refrigerator **tủ lạnh**

refund **hoàn tiền lại**

regards **lời thăm hỏi**

region **miền, vùng**

registered **đã đăng ký**

registered mail **thư bảo đảm**

relatives **bà con/họ hàng**

reliable **đáng tin cậy**

religion **tôn giáo**

rent out **mướn hết rồi**

repair **sửa**

repairs **những việc sửa chữa**

repeat **lập lại**

report (police) **báo cáo (cảnh sát)**

reserve **dành riêng**

reserved item **hàng đặt**

reserved seat **chỗ đặt trước**

responsible **có trách nhiệm**

rest **nghỉ**

restaurant **tiệm ăn, nhà hàng**

restroom **phòng vệ sinh**

result **kết quả**

retired **về hưu**

return ticket **vé khứ hồi**

reverse (car) **số lùi (ô-tô)**

rheumatism **bệnh phong thấp**

ribbon **dải ruy-băng**

rice (cooked) **cơm**

rice (grain) **gạo, thóc**

ridiculous **kỳ cục**

riding (horseback) **môn cưỡi ngựa**

right (correct) **đúng**

right (side) **bên phải**

right of way **quyền ưu tiên (đi đường)**

rinse **súc**

ripe **chín**

risk **rủi ro**

river **sông**

road **đường**

roadway **đường bộ**

roasted **quay**

rock (stone) **đá**

roll (bread) **ổ**

roof **mái nhà**

roof rack **giá để đồ trên nóc ô-tô**

room **phòng**

room number **số phòng**

room service **dịch vụ phòng**

rope **dây thừng**

route **tuyến đường**

rowing boat **thuyền chèo**

rubber **cao su**

rude **thô lỗ**

ruins **phế tích**

run **chạy**

running shoes **giày chạy bộ**

S

sad **buồn**

safe **an toàn**

safe (for cash) **két sắt (đựng tiền)**

safety **an toàn**

safety pin **kim băng**

sail (verb) **giong buồm**

sailing boat **thuyền buồm**

salad **rau sống**

sale **bán khuyến mãi**

sales clerk **nhân viên bán hàng**

sales tax **tiền thuế tiêu thụ**

salt **muối**

salt-free **không bỏ muối**

same **cùng; giống nhau**

sandals **xăng đan/dép**

sandy beach **bãi biển nhiều cát**

sanitary towel **khăn vệ sinh**

satisfied **thoả mãn**

Saturday **thứ Bảy**

sauce **nước sốt**

saucepan **xoong**

sauna **tắm hơi**

say **nói**

scald (injury) **phỏng nước sôi**

scales **cân**

scanner **máy quét scan**

scarf (headscarf) **khăn quàng**

scarf (muffler) **khăn trùm**

scenic walk **lối đi bộ ngắm cảnh**

schedule **lịch học**

school **trường**

scissors **kéo**

Scotland **Tô Cách Lan**

screen **màn hình**

screw **vít**

screwdriver **cây vặn vít/tuộc nơ vít**

scuba dive **lặn có bình dưỡng khí**

sculpture **điêu khắc**

SD card **thẻ nhớ SD**

sea **biển**

seasick **say sóng**

search engine **công cụ tìm kiếm**

seat **chỗ ngồi; yên ngồi**

second (in line) **thứ nhì, thứ hai**

second (instant) **giây**

second-hand **cũ, đã dùng rồi**

security **an ninh**

security check **kiểm tra an ninh**

sedative **thuốc an thần**

see **thấy**

send **gửi**

senior's fare **giá cho người lớn tuổi**

sentence **câu, án**

separate **chia cách** (verb), **riêng biệt** (adj.)

September **tháng Chín**

serious **nghiêm trọng**

service **dịch vụ**

service station **trạm phục vụ**

serviette **khăn ăn**

sesame oil **dầu mè/vừng**

sesame seeds **hạt mè/vừng**

set **bộ**

sew **may**

shade **bóng mát, bóng râm**

shallow **cạn**

shame **sự xấu hổ**

shampoo **gội đầu**

shark **cá mập**

shave **cạo râu**

shaver **đồ cạo râu**

shaving cream **kem cạo râu**

sheet **tấm**

shirt **áo sơ mi**

shoe **giày**

shoe polish **thuốc/xi đánh giày**

shop (verb) **đi mua sắm**

shop, store **tiệm**

shop assistant **nhân viên bán hàng**

shop window **quầy bày đồ**

shopping center **trung tâm thương mại**

short **ngắn, thấp**

short circuit **chập điện, đoản mạch**

shorts (short trousers) **quần đùi, quần soóc**

shorts (underpants) **quần lót**

shoulder **vai**

show **chương trình biểu diễn**

shower **tắm vòi sen**

shrimp **tôm**

shutter (camera) **màn trập (máy ảnh)**

shutter (on window) **cửa chớp**

sieve **cái rây**

sightseeing **đi ngắm cảnh**

sign (road) **biển chỉ dẫn**

sign (verb) **ký tên**

signature **chữ ký**

silence **sự yên lặng**

silk **lụa**

silver **bạc**

SIM card **thẻ SIM**

simple **đơn giản**

single (only one) **đơn**

single (unmarried) **độc thân**

single ticket **vé đơn**

sir **ngài**

sister **chị** (older sister), **em gái** (younger sister)

sit (be sitting) **ngồi**

sit down **ngồi xuống**

size **cỡ**

skiing **trượt tuyết**

skin **da**

skirt **váy ngắn**

sleeping berth **giường tầng**

sleep **ngủ**

sleeping car **toa nằm**

sleeping pills **thuốc ngủ**

sleeve **tay áo**

slip (verb) **trượt**

slippers **giày đi trong nhà**

slow **chậm**

slow train **xe lửa chạy chậm**

small **nhỏ**

small change **tiền lẻ**

small size **số nhỏ**

smartphone **máy điện thoại có sử dụng internet**

smell **ngửi, có mùi**

smoke **khói**

smoke detector **máy báo động khói**

smoked **hun khói**

snake **con rắn**

snorkel **ống lặn**

snow **tuyết**

snow (verb) **tuyết rơi**

soap **xà bông**

soap powder **xà bông bột**

soccer **bóng đá**

soccer match **trận bóng đá**

social networking **mạng xã hội**

socket (electric) **ổ cắm điện**

socks **tất, vớ**

soft drink **nước ngọt**

software **phần mềm**

sole (of shoe) **đế (giày)**

someone **người nào đó**

sometimes **đôi khi**

somewhere **nơi nào đó**

son **con trai**

soon **sớm**

sore (painful) **đau nhức**

sore (ulcer) **vết loét**

sore throat **đau họng**

sorry **xin lỗi**

soup **xúp canh**

sour **chua**

south **miền nam, phía nam**

souvenir **quà lưu niệm**

souvenir shop **tiệm bán đồ lưu niệm**

soy sauce **nước tương**

spam mail **thư giả mạo**

spanner, wrench **cà lê/cây vặn ốc**

spare **dư ra, dự phòng**

spare parts **đồ phụ tùng**

spare tire **vỏ/lốp xe dự phòng**

spare wheel **bánh xe dự phòng**

speak **nói**

special **đặc biệt**

specialist (doctor) **bác sĩ chuyên khoa**

specialty (cooking) **món đặc biệt/đặc sản**

specialty of the day **đặc sản trong ngày**

speed limit **giới hạn tốc độ**

spell **đánh vần**

spices **gia vị**

spicy **có gia vị, cay**

splinter **mảnh nhọn, dằm**

spoon **muỗng**

sports **thể thao**

sports center **trung tâm thể thao**

spot (place) **chỗ**

spot (stain) **vết**

spouse **người phối ngẫu, vợ/ chồng**

sprain **trật (gân/khớp)**

spring (device) **lò xo**

spring (season) **mùa Xuân**

square (plaza) **quảng trường**

square (shape) **(hình) vuông**

square meter **mét vuông**

squash (game) **(môn) quần vợt tường**

squash (vegetable) **bí, bầu**

stadium **sân vận động**

stain **vết dơ**

stain remover **thuốc tẩy vết dơ**

stairs **cầu thang**

stamp **tem**

stand (be standing) **đứng**

stand up **đứng dậy**

star **sao**

starfruit **khế**

start **bắt đầu**

station **trạm**

statue **tượng**

stay (in hotel) **ở (khách sạn)**

stay (remain) **ở lại**

steal **ăn cắp**

steamed **hấp**

steel **thép**

stepfather **cha kế**

stepmother **mẹ kế**

steps **bắc thang**

sterilize **khử trùng**

sticking plaster **băng dán**

sticky tape **băng keo**

stir-fried **xào**

stitches (in wound) **vết may**

stomach (abdomen) **bụng**

stomach (organ) **bao tử**

stomach ache **đau bụng**

stomach cramps **đau quặn ở bụng**

stools **phân, cứt**

stop (bus-) **trạm xe buýt**

stop (cease) **thôi**

stop (halt) **ngừng lại**

stopover **trạm dừng/ghé lại**

store, shop **tiệm, cửa hàng**

storm **bão**

story (of building) **tầng (nhà)**

straight **thẳng**

straight ahead **thẳng phía trước**

straw (drinking) **ống hút**

street **đường phố**

street vendor **người bán dạo**

strike (work stoppage) **đình công**

string **dải, dây**

strong **mạnh, chắc**

study **học, nghiên cứu**

stuffed animal **thú nhồi bông**

stuffing **nhân**

subtitles **phụ đề**

succeed **thành công**

sugar **đường**

sugar-free **không bỏ đường**

suit **bộ com-lê/vét**

suitcase **va li**

summer **mùa hè/mùa hạ**

sun **mặt trời**

sunbathe **tắm nắng**

Sunday **Chủ nhật**

sunglasses **kiếng mát/kính râm**

sunhat **nón che nắng**

sunrise **bình minh**

sunscreen **kem chống nắng**

sunset **hoàng hôn**

sunshade **chỗ bóng râm**

sunstroke **bị say nắng**

suntan lotion **kem bắt nắng**

suntan oil **dầu bắt nắng**

supermarket **siêu thị**

supplements **chế phẩm bổ sung**

surcharge **phụ phí**

surf **trượt sóng**

surface mail **thư thủy bộ**

surfboard **ván lướt sóng**

surname **họ (tên)**

surprise **điều ngạc nhiên**

swallow **nuốt**

swamp **đầm lầy**

sweat **mồ hôi**

sweater **áo ấm**

sweet **ngọt**

sweetcorn **bắp/ngô**

swim **bơi**

swimming costume **quần áo bơi**

swimming pool **hồ bơi**

swindle **lừa đảo**

switch **đổi** (change), **bật** (turn off)

synagogue **giáo đường Do Thái**

syrup **xi rô**

T

T-shirt **áo phông**

table **bàn**

table tennis **bóng bàn**

tablecloth **khăn bàn**

tablemat **tấm vải trải trên bàn**

tablespoon **muỗng canh**

tablets **viên thuốc**

tableware **đồ dùng để bàn**

take (medicine) **uống (thuốc)**

take (photograph) **chụp (hình)**

take (time) **mất (...giờ)**

talk **nói chuyện**

tall **cao**

tampon **cây băng vệ sinh dạng nút**

tanned **rám nắng**

tap **vòi nước**

tap water **nước máy**

tape measure **thước dây**

tassel **núm tua trang trí**

taste **vị**

taste (verb) **nếm**

tax **thuế**

tax-free shop **cửa hàng miễn thuế**

taxi **tắc xi**

taxi stand **trạm tắc xi**

tea (black) **trà (đen)**

tea (green) **trà (xanh)**

teacup **tách uống trà**

teapot **ấm trà**

teaspoon **muỗng cà phê**

teat (bottle) **núm vú**

telephone number **số điện thoại**

telephoto lens **ống kính thu hình từ xa**

television **ti vi/máy thu hình**

temperature (body) **thân nhiệt**

temperature (heat) **nhiệt độ**

temple **chùa; đền thờ**

tender, sore **hơi nhức**

tennis **quần vợt**

ten **mười**

tent **lều**

terminus **trạm cuối**

terrace **sân thượng**

terribly **khủng khiếp**

text message **tin nhắn**

texting **nhắn tin**

thank **cảm ơn**

thank you, thanks **cảm ơn ông (bà...)**

thaw **tan/rã đông**

theater **rạp hát**

theft **vụ trộm cắp**

there **ở đằng kia**

thermometer (body) **nhiệt kế**

thermometer (weather) **hàn thử biểu**

thick **dày**

thief **kẻ cắp**

thigh **đùi**

thin (not fat) **ốm, gày**

thin (not thick) *mỏng*

think (believe) *nghĩ, tin*

think (ponder) *suy nghĩ*

third (1/3) *một phần ba*

third party insurance *bảo hiểm trách nhiệm với bên thứ ba*

thirsty *khát*

this afternoon *chiều nay*

this evening *tối nay*

this morning *sáng nay*

this year *năm nay*

thread *sợi; chỉ*

throat *cổ họng*

throat lozenges *thuốc ngậm trị đau họng*

thunderstorm *sấm sét*

Thursday *thứ Năm*

ticket (admission) *vé (vào cửa)*

ticket (travel) *vé*

ticket office *phòng bán vé tidy gọn*

tie (necktie) *cà vạt*

tie (verb) *cột*

tight (thick) *chặt*

tights (pantyhose) *đồ bó sát*

time (occasion) *lần*

times (multiplying) *lần (nhân)*

…times a day *một ngày … lần*

timetable *thời gian biểu*

tin (can) *hộp*

tin opener *đồ mở hộp*

tip (gratuity) *tiền boa/hoa hồng*

tire *vỏ xe*

tire pressure *độ căng/áp lực hơi lốp xe*

tissues *khăn giấy*

tobacco *thuốc lá*

today *hôm nay*

toddler *em bé*

toe *ngón chân*

together *cùng nhau*

toilet *nhà vệ sinh*

toilet paper *giấy vệ sinh*

toilet seat *bồn cầu*

toiletries *đồ dùng vệ sinh*

tomato *cà chua*

tomorrow *ngày mai*

tongue *lưỡi*

tonight *đêm nay*

tool *dụng cụ*

tooth *răng*

toothache *đau răng*

toothbrush *bàn chải răng*

toothpaste *kem đánh răng*

toothpick *tăm*

top up *nạp thêm (vào tài khoản)*

torch, flashlight *đèn pin*

total **tổng cộng**

tough **gay go, dai**

tour **chuyến du lịch**

tour guide **hướng dẫn viên du lịch**

tourist **(khách) du lịch**

tourist class **dành cho du khách**

tourist information office **văn phòng hướng dẫn du lịch**

tourist travel pass **vé du lịch trọn chuyến**

tow **kéo**

tow cable **dây cáp dùng để kéo**

towel **khăn tắm**

tower **tháp**

town **thị trấn**

town hall **toà thị chính**

toy **đồ chơi**

traffic **xe cộ**

traffic light **đèn giao thông**

train **xe lửa**

train station **ga xe lửa**

train ticket **vé xe lửa**

train timetable **lịch chạy tàu**

transit lounge **phòng chờ quá cảnh**

translate **dịch**

travel **du lịch**

travel agent **công ty du lịch**

traveler **du khách**

traveler's cheque **chi phiếu du hành**

treatment **điều trị**

triangle **tam giác**

trim (haircut) **tỉa (tóc)**

trip **chuyến đi chơi**

truck **xe vận tải**

trustworthy **đáng tin cậy**

try on **thử**

tube (of paste) **ống (tuýp)**

Tuesday **thứ Ba**

tuna **cá ngừ**

tunnel **đường hầm**

turn off **tắt**

turn on **bật, mở**

turn over **xoay qua**

TV **ti vi; máy truyền hình**

TV guide **chương trình truyền hình**

tweezers **cái nhíp**

twin-bedded **giường đôi**

typhoon **bão**

U

ugly **xấu**

UHT milk **sữa tiệt trùng**

ulcer **vết loét**

umbrella **dù/ô**

under **dưới, bên dưới**

underpants **quần lót**

underpass **hầm chui**

understand *hiểu*

underwear *đồ lót*

undress *cởi quần áo*

unemployed *thất nghiệp*

uneven *không đều*

university *đại học*

unleaded *không có chất chì*

up *lên, dậy*

upload *tải lên (mạng internet)*

upright *thẳng đứng*

urgent *khẩn cấp*

urgently *khẩn cấp*

urine *nước tiểu*

used bookstore *tiệm sách cũ*

username *tên đăng nhập (tài khoản)*

usually *thường thường*

V

vacate *rời đi, trả phòng*

vacation *kỳ nghỉ*

vaccinate *chích ngừa*

vagina *âm hộ*

valid *có giá trị*

valley *thung lũng*

valuable *quý giá*

valuables *đồ quý giá*

van *xe van/xe gia đình*

vase *bình hoa*

vegan *món vegan*

vegetable *rau*

vegetarian (adj) *món chay*

vegetarian *người ăn chay*

vein *mạch*

velvet *nhung*

vending machine *máy bán hàng tự động*

venomous *độc*

venereal disease *bệnh hoa liễu*

vertical *doc*

vertigo *sợ độ cao*

via *qua*

video camera *máy quay video*

video cassette *băng video*

video recorder *máy ghi hình/ thâu video*

view *quang cảnh*

village *làng*

virus (computer) *vi-rút*

visa *chiếu khán/thị thực/visa*

visit *thăm*

visiting time *giờ thăm*

vitamins *sinh tố*

vitamin tablets *thuốc viên sinh tố*

volcano *núi lửa*

volleyball *bóng chuyền*

vomit *mửa; nôn*

W

wait *đợi/chờ*

waiter *nam tiếp viên*

waiting room **phòng đợi**

waitress **nữ tiếp viên**

wake up **thức giấc**

Wales **xứ Wales**

walk (noun) **cuộc đi bộ**

walk (verb) **đi bộ**

walking stick **gậy chống**

walking tour **tour đi bộ**

wall **tường**

wallet **bóp; ví**

wardrobe **tủ quần áo**

warm **ấm, nóng**

warn **cảnh báo**

warning **sự cảnh cáo**

wash **rửa, giặt**

washing **sự tắm rửa, giặt**

washing line **dây phơi quần áo**

washing machine **máy giặt**

wasp **con ong vò vẽ**

watch **xem**

water **nước**

water-skiing **trượt nước**

waterfall **thác nước**

waterproof **không thấm nước**

way (direction) **đường, lối**

way (method) **phương pháp**

we **chúng tôi, chúng ta**

weak **yếu**

wear **mang, mặc**

weather **thời tiết**

weather forecast **dự báo thời tiết**

website **trang mạng**

wedding **đám cưới**

Wednesday **thứ Tư**

week **tuần**

weekday **ngày thường**

weekend **cuối tuần**

weigh **cân nặng**

weigh out **cân**

welcome **chào đón**

well (for water) **giếng**

well (good) **khoẻ**

west **phía tây**

wet **ướt**

wetsuit **bộ quần áo lặn**

what? **cái gì? gì?**

WhatsApp **ứng dụng WhatsApp**

wheel **bánh xe**

wheelchair **xe lăn**

when? **khi nào?**

where? **ở đâu? đâu?**

which? **...nào?**

white **trắng**

white wine **rượu vang trắng**

who? **ai?**

why? **tại sao? vì sao?**

wide-angle lens **ống kính góc rộng**

widow **bà góa**

widower **đàn ông góa vợ**

wife **vợ**

Wi-fi **kết nối không dây**

wind **gió**

window (in room) **cửa sổ**

window (to pay) **cửa, quầy (trả tiền)**

windscreen, windshield **kính chắn gió**

windscreen wiper **cần lau kiếng**

windsurfing **lướt gió**

wine **rượu**

winter **mùa Đông**

wire **dây**

witness (person) **người làm chứng**

witness (to see) **chứng kiến (thấy)**

woman **đàn bà**

wonderful **tuyệt vời**

wood **gỗ**

wool **len**

word **từ, chữ**

work **làm việc**

working day **ngày làm việc**

worn **mòn**

worried **lo**

wounds **vết thương**

wrap **gói**

wrench, spanner **cà lê**

wrist **cổ tay**

write **viết**

write down **viết ra**

writing pad **miếng kê để viết**

writing paper **giấy viết**

wrong **sai**

Y

yarn **chỉ sợi**

year **năm**

yellow **màu vàng**

yes **vâng, dạ**

yes please **xin cho tôi...**

yesterday **hôm qua**

yoga **tập yoga**

you **ông, bà, cô, anh, chị, em**

youth hostel **nhà trọ cho thanh niên**

Z

zip **dây kéo, phéc mơ tuya** (noun); **khoá chặt** (verb)

zoo **vườn thú**

zoom (lens) **cận cảnh**

zucchini **mướp tây, bí ngọt**

Published by Tuttle Publishing, an imprint of Periplus Editions (HK) Ltd.

www.tuttlepublishing.com

Copyright © 2021 Periplus Editions (HK) Ltd.

Library of Congress Publication is in Process

ISBN: 978-0-8048-4688-2

Distributed by

North America, Latin America & Europe
Tuttle Publishing
364 Innovation Drive
North Clarendon, VT 05759-9436 U.S.A.
Tel: 1 (802) 773-8930; Fax: 1 (802) 773-6993
info@tuttlepublishing.com
www.tuttlepublishing.com

Japan
Tuttle Publishing
Yaekari Building 3rd Floor 5-4-12 Osaki
Shinagawa-ku Tokyo 141 0032
Tel: (81) 3 5437-0171; Fax: (81) 3 5437-0755
sales@tuttle.co.jp;   www.tuttle.co.jp

Asia Pacific
Berkeley Books Pte. Ltd.
3 Kallang Sector #04-01, Singapore 349278
Tel: (65) 6741-2178; Fax: (65) 6741-2179
inquiries@periplus.com.sg;
www.tuttlepublishing.com

24 23 22 21
5 4 3 2 1   2107VP

Printed in Malaysia

"Books to Span the East and West"

Tuttle Publishing was founded in 1832 in the small New England town of Rutland, Vermont [USA]. Our core values remain as strong today as they were then—to publish best-in-class books which bring people together one page at a time. In 1948, we established a publishing office in Japan—and Tuttle is now a leader in publishing English-language books about the arts, languages and cultures of Asia. The world has become a much smaller place today and Asia's economic and cultural influence has grown. Yet the need for meaningful dialogue and information about this diverse region has never been greater. Over the past seven decades, Tuttle has published thousands of books on subjects ranging from martial arts and paper crafts to language learning and literature—and our talented authors, illustrators, designers and photographers have won many prestigious awards. We welcome you to explore the wealth of information available on Asia at **www.tuttlepublishing.com**.